இந்திரா

ஆர். முத்துக்குமாரின் முக்கிய நூல்கள்

தமிழக அரசியல் வரலாறு (இரண்டு பாகங்கள்)

திராவிட இயக்க வரலாறு (இரண்டு பாகங்கள்)

தமிழக பொதுத்தேர்தல்கள் வரலாறு

பெரியார்

அம்பேத்கர்

வாத்யார்: எம்.ஜி.ஆரின் வாழ்க்கை

இந்திரா

சஞ்சய் காந்தி

அத்வானி

மகா அலெக்சாண்டர்

மொழிப்போர்

கச்சத்தீவு

இந்தியத் தேர்தல் வரலாறு

இந்துத்வ இயக்க வரலாறு

மதுவிலக்கு: அரசியலும் வரலாறும்

இந்திரா

ஆர். முத்துக்குமார்

கிழக்கு

இந்திரா
Indira
R. Muthukumar ©

First Edition: July 2008
176 Pages

ISBN 978-81-8368-867-3
Kizhakku - 325

Kizhakku Pathippagam
177/103, First Floor,
Ambal's Building, Lloyds Road,
Royapettah, Chennai 600 014.
Ph: +91-44-4200-9601

Email : support@nhm.in
Website : www.nhm.in

Author's Email: writermuthukumar@gmail.com

நிருபர் : உங்களால் எப்படி மீண்டும் ஆட்சியைப் பிடிக்க முடிந்தது?

இந்திரா : என்னைத் தூக்கில் போடாமல் விட்டுவிட்டனர். அதனால்தான்.

- எமர்ஜென்சிக்குப் பிறகு ஏற்பட்ட தோல்வியிலிருந்து
மீண்ட தருணத்தில் இந்திரா கூறியது.

இதுதான் பாதை

சுட்டவர்கள் சீக்கியர்கள் என்பது காலை பதினோரு மணிக்குத்தான் தெரியவந்தது. ஆல் இந்தியா ரேடியோவில் இருந்து செய்தி கசிந்த நொடியில் இருந்து ஆரம்பமாகிவிட்டது கலவரம். காங்கிரஸ்காரர்களின் ரத்தம் அதிகபட்ச கொதிநிலைக்கு வந்திருந்தது. ஒருவர் பின் ஒருவராக வீதிக்கு வரத் தொடங்கினர்.

ஒரு சீக்கியன்கூட உயிரோடு இருக்கக் கூடாது. அடி யுங்கள். உதையுங்கள். உயிரோடு கொளுத்துங்கள். கட்சித் தொண்டர்களை உசுப்பேற்றிக் கொண்டிருந்தனர் உள்ளூர்த் தலைவர்கள்.

கொப்பளிக்கும் ஆத்திரத்துடன் காங்கிரஸ்காரர்கள் சீக்கியர்களைத் தேடித்தேடி தாக்குதல் நடத்தினர். 'அதோ, அவன்தான், தலைப்பாகை வைத்திருக்கிறானே அவனை அடி. அந்த சிங்கின் கடையைத் தாக்கு, உள்ளே புகுந்து நொறுக்கு.' உடனடி பாதிப்புக்கு உள்ளானவர்கள் டெல்லியின் புறநகர்ப்பகுதிகளில் இருக்கும் சீக்கியர்களே. சுல்தான்புரி, மங்கோல்புரி, த்ரிலோக்புரி ஆகிய பகுதிகளைச் சேர்ந்தவர்கள் குறிவைத்துத் தாக்கப்பட்டனர்.

இரும்புத் தடி. பளபளக்கும் கத்தி. மண்ணெண்ணெய் பாட்டில் சகிதமாகக் கலவரக்காரர்கள் களத்தில் இறங்கியிருந்தனர். ஆனால், சீக்கியர்களைத் தேடிப் பிடிப்பதில் சிரமம் இருந்தது. என்ன செய்யலாம்?

பேசாமல் வாக்காளர் பட்டியலை கையில் எடுத்துக் கொள்வோம். வீட்டுவாசலுக்கே சென்று தாக்குவதற்கு வசதியாக இருக்கும் என்றார் ஒரு புண்ணியாத்மா. ஆலோசனை கொடுத்த நபருக்கு நன்றி தெரிவித்து விட்டு, உற்சாகமாகப் புறப்பட்டனர். தாக்குதலுக்கு ஈடுகொடுக்க முடியாமல் சிதறி ஓடினர் சீக்கியர்கள். ஓர் இடம் முடிந்தால் அடுத்த இடம். அது முடிந்தால் அடுத்தது. சளைக்காமல் ரகளை செய்தனர் காங்கிரஸ் தொண்டர்கள். சீக்கியர்கள் உயிருக்கு உத்தரவாதமில்லாத அபாயகரமான சூழல் அது.

இத்தனை அராஜகங்களும் ஒருபக்கம் நடந்து கொண்டிருக்க, அக்டோபர் 31, 1984 அன்று ராஜிவ்காந்தி அவசரம் அவசரமாகப் பதவிப் பிரமாணம் எடுத்துக் கொண்டிருந்தார், பிரதமராக.

•

நவம்பர் 1, 1984. கிழக்கு டெல்லியைச் சேர்ந்த சீக்கியர் ஒருவரை காங்கிரஸ் கும்பல் கொடூரமாகக் கொலை செய்ததாகத் தகவல் கசிந்தது. பதற்றம் பரவத் தொடங்கியது. அடுத்தடுத்து பலரையும் தாக்கிய வண்ணம் இருந்தது அந்தக்கும்பல். மண்ணெண்ணெயை ஊற்றி சீக்கியர்களை எரிக்கும் அளவுக்கு மோசமான நிலைக்குச் சென்றிருந்தனர் காங்கிரஸ்காரர்கள். இத்தனைக்கும்

காவல்துறை கையைக் கட்டிக்கொண்டிருந்தது, மேலிட உத்தரவு அதுவாக இருந்தபடியால்.

நவம்பர் 2, 1984. டெல்லி முழுக்க ஊரடங்கு உத்தரவு பிறப்பிக்கப் படுவதாக அறிவிப்பு வெளியானது. ஆனால் காங்கிரஸ்காரர்களோ அவிழ்த்துவிட்ட கோயில்மாடுபோல, மூர்க்கத்துடன் இயங்கிக் கொண்டிருந்தனர். நிலைமையைக் கட்டுக்குள் கொண்டுவர ராணுவமும் குவிக்கப்பட்டது. ஆனால் இவை எதுவுமே காங்கிரஸ்காரர் களைக் கட்டுப்படுத்தவில்லை. சீக்கியர்கள் கொத்துக் கொத்தாகக் கொலை செய்யப்பட்டுக் கொண்டிருந்தனர்.

ஏறக்குறைய மூவாயிரம் சீக்கியர்கள் வன்முறைக்குப் பலியாகி யிருந்தனர். வாசலில் கிடந்த தங்களுடைய சகோதர சகோதரிகளைப் பார்த்து மிரண்டுபோன சீக்கியர்கள், உயிர் பயத்தோடு பஞ்சாப்புக்கு விரையத் தொடங்கினர். பலர் அகதிகள் முகாம்களில் தஞ்சம் புகுந்தனர்.

இத்தனை பதற்றத்துக்கு மத்தியில் செய்தியாளர்களைச் சந்தித்த புதிய பிரதமர் ராஜீவ்காந்தியிடம் சீக்கியர்கள் படுகொலை செய்யப்படுவது பற்றிக் கேட்டனர்.

நிதானமாக பதில் சொன்னார் அவர்.

'பழுத்த மரம் சாயும்போது, நிலம் அதிரத்தான் செய்யும்.'

1. பற்றிக்கொண்ட நெருப்பு

ரொட்டியை ரசித்து சாப்பிட்டுக்கொண்டிருந்த அந்தச் சிறுமி, பூட்ஸ் சத்தம் கேட்டு திடுக்கிட்டு நிமிர்ந்தாள். நான்கைந்து காவலர்கள். வெள்ளைத் தோலையும் காக்கி உடையையும் ஒன்றாகச் சேர்த்துவைத்துப் பார்த்தாலே அவளுக்குப் பயம் தொற்றிக்கொண்டு விடும்.

'ம், அந்தப் பட்டுக்கம்பளத்தைச் சுருட்டுங்க. அதோ அந்த மரமேஜைகளையும் தூக்குங்க. அந்தப் பொண்ணு உட்கார்ந்திருக்கற நாற்காலியையும் எடுங்க. அந்த ரூம்ல என்ன இருக்குன்னு திறந்து பாருங்க.'

வீட்டைக் கண்களால் மேய்ந்தபடியே உத்தர விட்டுக் கொண்டிருந்தார் காவல்துறை அதிகாரி. வந்திருப்பவர்களிலேயே வாட்டசாட்டமாக இருந் தவர் அவர்தான். உயரதிகாரி என்பது அவருடைய

குரலின் கரகரப்பை வைத்தே புரிந்துகொள்ளமுடிந்தது. சில நிமிட நேரத்தில் வீடே அலங்கோலமாக மாறியது.

சில நாள்களுக்கு முன்புதான் அவளுடைய தாத்தாவை காவலர்கள் வந்து சிறைக்கு அழைத்துச் சென்றிருந்தனர். இப்போது இந்த அமர்க்களம். ரொட்டிகளை அப்படியே தட்டில் போட்டுவிட்டு விருட்டென எழுந்தாள். தன் கையில் இருந்த ரொட்டி நறுக்கும் கத்தியை எடுத்துக்கொண்டு வேக வேகமாக நடந்தாள்.

'ஆ' வென்று ஓர் அலறல் சத்தம். வீட்டுக்குள் இருந்த அனை வரும் திபுதிபுவென ஓடிவந்தனர், காவலர்கள் உள்பட. சாமான்களை எடுத்துக் கொண்டிருந்த காவலரின் கட்டை விரலில் இருந்து ரத்தம் கொட்டிக் கொண்டிருந்தது. பதறிய உயரதிகாரி, 'கையை வெட்டியது யார்?'என்று உறுமினார். எல்லோர் முகத்திலும் பதைபதைப்பு.

அந்தக்காவலர் தன்னுடைய வெட்டுப்பட்ட விரலில் வழிந் தோடிய ரத்தத்தைத் துடைத்தபடியே அருகில் நின்றிந்த சிறுமியை நோக்கிக் கைநீட்டினார். கொஞ்சமும் பதற்றம் அடையாமல் நின்று கொண்டிருந்தாள் அவள். கையில் ரத்தக்கறை படிந்த கத்தி.

'உன் பேரென்ன?'

'இந்திரா... இந்திரா பிரியதர்ஷினி.'

பதில் வந்த தொனி அதிகாரியைப் பின்வாங்கவைத்தது.

•

ஆனந்த பவன் என்று வீட்டுக்குப் பெயர் வைத்துவிட்டால் போதுமா? நாட்டிலும் ஆனந்தம் பெருகியிருக்க வேண்டாமா? அதற்காகவே தன்னை சுதந்தரப் போராட்டத்தில் ஈடுபடுத்திக் கொண்டார் மோதிலால் நேரு. இந்திராவின் தாத்தா. அலகா பாத்தில் நன்கு அறியப்பட்டப் பணக்காரர். சுதந்தரப் போராட்டவீரர். பிரபல வழக்கறிஞர்.

காஷ்மீரி பண்டிட் குடும்பப் பின்னணி கொண்டவர். பிறந்ததும் வளர்ந்ததும் காஷ்மீராக இருந்தாலும், காலம் காட்டிய பாதை யில் உத்தரப்பிரதேச மாநிலம் அலகாபாத்துக்குக் குடும்பத்தோடு

குடிபெயர்ந்துவிட்டார். மனைவி, ஸ்வரூப ராணி. மோதிலால் - ஸ்வரூப ராணி தம்பதிக்கு மொத்தம் மூன்று குழந்தைகள். ஜவாஹர்லால் என்றொரு ஆண் குழந்தை. விஜயலட்சுமி மற்றும் கிருஷ்ணா என்று இரண்டு பெண் குழந்தைகள்.

குழந்தைகளுக்கான கல்வி விஷயத்தில் எந்தவித சமரசத்துக்கும் இடமிருக்கக் கூடாது என்பது அவருடைய தீர்க்கமான முடிவு ஜவாஹரின் பள்ளிப்படிப்பு முடிந்ததும் உயர்கல்விக்காக வெளிநாடுகளுக்கு அனுப்பிவைத்தார். பெண் பிள்ளைகளுக்குப் பாடம் எடுக்க தேர்ந்த ஆசிரியர்களை வீட்டுக்கு வரவழைக்க ஏற்பாடு செய்திருந்தார்.

பருவ வயதை எட்டியதும் ஜவாஹருக்குச் செல்வச் செழிப்புள்ள குடும்பத்தில் இருந்து பெண் எடுத்திருந்தார் மோதிலால். மருமகள் கமலா நன்கு படித்தவர். ஆங்கிலத்தில் சரளமாகப் பேசக்கூடியவர். ஆனாலும் விஜயலட்சுமி, கிருஷ்ணா இருவரும் பேசும் நுனி நாக்கு ஆங்கிலத்துக்குக் கமலாவால் ஈடுகொடுக்க முடியவில்லை. திணறினார். பல சமயங்களில் அவர்களுக்குப் பதில் சொல்ல முடியாமல் தலைகுனிய வேண்டியிருக்கும். இதில் ஸ்வரூபராணிக்கு மிகுந்த மனவருத்தம். தன்னுடைய மகனுக்குப் பொருத்தமான ஜோடியைத் தேர்வு செய்யத் தவறிவிட்டதாக, கமலாவின் காதில் விழும்படி புலம்ப ஆரம்பித்தார்.

படிப்பு முடிந்ததும் ஜவாஹர் தன்னுடைய தந்தையோடு சேர்ந்து சுதந்தரப் போராட்ட நடவடிக்கைகளில் ஈடுபடக் களத்தில் இறங்கிவிட்டார். ஜவாஹருக்கு அதட்டலாகப் பேசுவதுகூடப் பிடிக்காது. எங்கும் அமைதி. எதிலும் நிதானம். இதுதான் ஜவாஹரின் பாணி. ஆனால் மோதிலாலோ கொஞ்சம் தீவிர நோக்கம் கொண்டவர். எதிலும் துணிச்சலாக இறங்கி ஒரு கை பார்த்துவிடக்கூடியவர்.

ஒருசமயம் வழக்கு ஒன்றில் சிறைத்தண்டனையும் அபராதமும் ஒருசேர மோதிலாலுக்கு விதிக்கப்பட்டது. என்ன செய்வதாக உத்தேசம் என்று கேட்டார் நீதிபதி. சிறைக்குச் செல்கிறேன். ஆனால், அபராதம் செலுத்த முடியாது என்று கறாராகச் சொல்லி விட்டார் மோதிலால்.

'அப்படி என்றால் அபராதத் தொகைக்கு ஈடாக உங்கள் வீட்டில் இருக்கும் பொருள்களை எடுத்துச்செல்ல வேண்டியிருக்கும்.'

'தாராளமாக.'

பிறகு என்ன? ஆனந்தபவனுக்குள் நுழைந்த காவலர்கள் விலையுயர்ந்த பொருட்களை அள்ளிச் சென்றனர். அடிக்கடி நடக்கும் சம்பவம் இது. சில சமயங்களில் வாரத்துக்கு ஒருமுறை.

தன்னுடைய மருமகள் கமலாவின் மீது மோதிலாலுக்கு அலாதிப் பிரியம். கண்டிப்பானவர் என்று அறியப்பட்டவர்தான். ஆனால், எல்லா சமயங்களிலும் அல்ல. மனைவியின் மீது ஜவாஹருக்கு அத்தனை பாசம் எல்லாம் கிடையாது. கமலா கர்ப்பமாக இருந்தபோது உடன் இருந்து கவனித்துக்கொண்டவர் ஜவாஹர் அல்ல. மோதிலால்தான். தன்னுடைய ஆசை மருமகளுக்கு பிரசவம் பார்ப்பதற்காக, ஸ்காட்லாந்தில் இருந்து மருத்துவர் களை அழைத்துவந்திருந்தார் மோதிலால்.

●

நவம்பர் 19, 1917. அன்றைய வேலைகளை முடித்துக்கொண்டு படுத்த கமலாவுக்குத் திடீரென வயிற்றில் வலி. மணி பதினொன்று ஆகி சில நிமிடங்கள் கடந்திருந்தன.

புரிந்துவிட்டது. இது பிரசவ வலி. சத்தம் கேட்டு செவிலியர் களும் மருத்துவரும் அறைக்குள் ஓடிவந்தனர்.சில நிமிடப் போராட்டத்துக்குப் பிறகு ஒரு பெண் குழந்தை பிறந்தது.

முதலில் மோதிலாலிடம்தான் ஓடி வந்தார் ஸ்வரூபராணி. விஷயத்தைக் கேள்விப்பட்டதும் உற்சாகத்தில் மிதக்க ஆரம்பித்துவிட்டார் மோதிலால்,

'சொல், சொல் என்ன குழந்தை?'

ஸ்வரூப்ராணியிடம் இருந்து பதிலில்லை. புரிந்துவிட்டது. பிறந்திருப்பது பெண் குழந்தை.

விஷயம் கேள்விப்பட்டதும் ஜவாஹருக்கும் அளவுகடந்த ஆனந்தம்.

'என்ன பெயர் வைக்கலாம்?' என்று கேட்டார் ஜவாஹர்.

'என் அம்மாவின் பெயர்தான். இந்திராணி. வேண்டுமானால் கொஞ்சம் சுருக்கி நவீனமாக்கிக்கொள்ளலாம்.' பளிச்சென்று

சொன்னார் மோதிலால். ஜவாஹருக்கு அந்தப் பெயரில் அத்தனை ஆர்வம் இல்லை என்றாலும் சொன்னவர் மோதிலால் என்பதால் அமைதி காத்தார்.

'உன்னுடைய விருப்பம் என்ன ஜவாஹர்?'

இதற்காகவே காத்துக்கொண்டிருந்தவர்போல, மின்னல் வேகத்தில் சொன்னார்.

'பிரியதர்ஷினி.'

'நல்ல பெயர். ஒன்றும் பிரச்னையில்லை. இரண்டையுமே சேர்த்துவிடலாம்' என்றார் மோதிலால்.

'இந்திரா பிரியதர்ஷினி.'

●

தவழ்ந்து, நிமிர்ந்து நடக்கத் தொடங்கிய இந்திரா, பேசவும் ஆரம்பித்திருந்தாள். வருவோர் போவோரிடம் எல்லாம் வாய் வலிக்கப் பேசினாள். நிறுத்தாமல் பேசிக்கொண்டே இருந்தாள். இந்திரா, தாத்தா செல்லம். எப்போதும் அவர் மடியில்தான். அவர் ஓய்வாக இருந்தாலும் சரி. பணியில் இருந்தாலும் சரி.

முதலில் இந்திரா அக்கறையுடன் யோசிக்க ஆரம்பித்தது, தன் தாயார் கமலாவைப் பற்றித்தான். ஏன் இவரை எல்லோரும் கேலி செய்கிறார்கள்? அதுவும் விருந்தினர்களின் முன்னிலையில்? ஆங்கிலம் கொஞ்சம் சுமாராகப் பேசுவது இத்தனைக் கேலிக்குரியதா என்ன? சமயம் கிடைக்கும்போதெல்லாம் அத்தையுடன் இதுபற்றி சண்டை போட ஆரம்பித்தாள் இந்திரா.

●

ஆனந்தபவனில் காந்தி தலைமையில் ஆலோசனைக்கூட்டம் ஏற்பாடாகியிருந்தது.

இந்திய சுதந்தரப் போராட்டத்தில் ஈடுபட்ட அத்தனை பேருக்கும் ஆனந்தபவன்தான் தலைமைக் காரியாலயம். காந்தியும் அங்கு தான் வந்து தங்குவார். அவர் வரும்போதும் ஜெகஜ்ஜோதியான வரவேற்பு இருக்கும். காந்தி மட்டும் அல்ல, தேசியத் தொண்டர்கள் அத்தனைபேருமே உரிமையுடன் வந்துபோகும் இடமாக இருந்தது ஆனந்தபவன்.

அன்றைய தினம் காந்தி எடுத்த முடிவு இது.

'இனிமேல் வெளிநாட்டுத்துணிகளைப் பயன்படுத்தக் கூடாது. உடனடியாக அவற்றை எரித்துவிடவேண்டும்'

நேரு கண்ணசைத்தார். அடுத்த நொடியே ஆனந்தபவனின் மொட்டை மாடியில் ஏராளமான வெளிநாட்டுத்துணிகள் குவிக்கப்பட்டன. வெல்வெட். ஷிஃபான். பட்டு. நைலக்ஸ். விதவிதமான துணிகள். அத்தனையும் இதுநாள்வரை வீட்டில் இருந்தவர்கள் பயன்படுத்தியவை.

பெரிய துணிக்குவியல் உருவானது. இந்திராவுக்குச் சந்தோஷம் பிடிபடவில்லை. ஓடிச்சென்று துணிக்குவியலில் ஏறிக் குதித்தாள். விளையாடினாள். அங்குமிங்குமாக ஓடினாள்.

'ம்.. நெருப்பு வைக்கலாம்' என்றார் காந்தி.

துணிகளுக்கு நெருப்பு வைக்கும் சமயத்தில் இந்திராவை துக்கிக்கொண்டுபோய் அறையில் உட்கார வைத்துவிட்டு, மாடிக்குச் செல்லும் கதவைச் சாத்திவிட்டனர்.

சத்தம் போட்டு அழுதாள் இந்திரா. பாட்டியிடம் சென்று சிணுங்கினாள்.

'பாட்டி என்னை மொட்டை மாடிக்கு அழைத்துச் செல்லுங்கள். இல்லாவிட்டால் சாப்பிட மாட்டேன்.'

அழுது புரண்டாள். பிடிவாதக்காரி என்று மனத்துக்குள் திட்டிக் கொண்டே, மொட்டை மாடிக்கு அழைத்துச் செல்லுமாறு வேலைக்காரர் ஒருவரிடம் சொன்னார் ஸ்வரூபராணி. இந்திரா மொட்டைமாடிக்குள் காலடி எடுத்துவைத்தபோது அங்கே தீ கொளுந்துவிட்டு எரிந்துகொண்டிருந்தது. பேச்சே வரவில்லை இந்திராவுக்கு.

சில நிமிடங்களுக்கு முன்பு, தான் குதித்து விளையாடிய துணிகள் எல்லாம் நெருப்புக்கு மத்தியில் சாம்பலாகிக் கொண்டிருந்தன. ஏன் இப்படி? அன்று இரவு முழுக்க இந்திராவுக்குத் துணிக் குவியலும் நெருப்பும்தான் நினைவில் இருந்தன. மறுநாள் பாட்டியைப் பாடாய்ப்படுத்தி துணி எரிக்கப்பட்ட காரணத்தைத் தெரிந்துகொண்டாள்.

சில நாள்கள் கடந்திருக்கும். வெளிநாட்டில் இருந்து உறவினர் ஒருவர் ஆனந்த பவனுக்கு வந்திருந்தார். கைகளில் பைநிறைய வெளிநாட்டு ஆடைகள். புடைவை. சால்வை. குழந்தைகள் அணியும் கௌன். இன்னும் நிறைய. கமலாவும் அந்த வெளிநாட்டு உறவினரும் சிறிதுநேரம் பேசிக்கொண்டிருந்தனர். பிறகு, தான் கொண்டுவந்திருந்த துணிமணிகளை வெளியே எடுத்தார். அவற்றைப் பார்த்த மாத்திரத்திலேயே அனிச்சையாக கமலாவின் முகம் சுருங்கியது.

'மன்னிக்கவேண்டும். நாங்கள் வெளிநாட்டுத் துணிகளை உடுத்துவதில்லை. வெறும் கதராடைதான்.'

'ஓ சரி சரி, குழந்தைக்காவது கொடுக்கிறேனே' என்று சொல்லிவிட்டு இந்திராவை அழைத்தார்.

ஓடிவந்த இந்திரா, அவருடைய கைகளில் இருந்த வெளிநாட்டு ஆடைகளைப் பார்த்ததும் சற்றே பின்வாங்கினாள். மொட்டை மாடியும் எரிந்த துணிகளும் நினைவுக்கு வந்தன. வேண்டாம் என்று தலையசைத்துவிட்டாள்.

'மன்னிக்கவும் வெளிநாட்டு ஆடைகளை நாங்கள் பயன் படுத்துவதில்லை.'

'ஆனால் உன்னுடைய கையில் இருப்பதும் வெளிநாட்டு பொம்மைதானே?' என்றார் அந்த உறவினர்.

தூக்கிவாரிப்போட்டது இந்திராவுக்கு. பதில் சொல்ல முடியாமல் நெளிந்தபடியே அந்த இடத்திலிருந்து மெல்ல நகரத் தொடங்கினாள். சிறிது நேரம் யோசித்தவள், விறுவிறுவென அடுப்பங்கரைக்குச் சென்றாள். தீப்பெட்டியை எடுத்துக் கொண்டு பொம்மை சகிதம் மொட்டை மாடிக்குச் ஓடினாள். சில நிமிடங்களில் இந்திராவின் கண்கள் முழுக்க நீர் முட்டிக் கொண்டிருந்தது. தரையை வெறித்துப் பார்த்துக்கொண்டிருந் தாள். பொம்மை கருகிக் கிடந்தது.

2. கொஞ்சம் பாடம்; நிறைய நீச்சல்

'வீட்டுல யாருமே இல்ல. தாத்தாவும் இல்ல. அப்பாவும் இல்ல.'

ஆனந்தபவனுக்கு வந்த விருந்தினர்களுக்கும் பொது மக்களுக்கும் தொண்டர்களுக்கும் பதில் சொல்லியே களைத்துப் போயிருந்தாள் இந்திரா. எல்லோரும் ஜெயிலுக்குப் போய்விட்டார்கள் என்பது மட்டும்தான் தெரியும். எதற்காக என்ற விவரம் தெரியாது.

திடீரென ஒருநாள் ஆனந்தபவனுக்குக் கடிதம் ஒன்று வந்தது. 'இந்து, உனக்குத்தான் கடிதம் வந்திருக்கிறது. பிரித்துப் படி' என்று யாரோ ஒருவர் சொல்ல, துள்ளிக்குதித்து ஓடிவந்தாள் இந்திரா. யாரிடமிருந்து? 'அப்பாகிட்ட இருந்துதான். ஜெயில்ல இருந்தே அனுப்பியிருக்கார்' ஜெயில்ல இருந்தே கடிதம் போட முடியுமா? ஆச்சரியமாக

இருந்தது இந்திராவுக்கு. பிரித்துப் படிக்கத் தொடங்கினாள். இந்தியில் எழுதப்பட்டிருந்தது. அவளுக்கு அப்போதே இந்தியும் ஆங்கிலமும் ஓரளவுக்குப் பழகிவிட்டது. படித்த மனிதர்கள் நிறைந்த குடும்பங்களில் வளர்வதன் ஆகப்பெரிய பலன் இது.

நேருவும் கமலாவும் மாலை நேரங்களில் ஓய்வு கிடைக்கும் போது இந்திராவை நடுவில் உட்கார வைத்து பால பாடங்களை சொல்லிக் கொடுப்பார்கள். ஆங்கிலக் கட்டுரைகளை கமலா வாய்விட்டு வாசிப்பார். அதற்கு நேரு அர்த்தம் சொல்லிக் கொண்டிருப்பார். பாடத்தையும் விளையாட்டு பாணியிலேயே நேரு சொல்லிக் கொடுத்ததால், உற்சாகத்துடன் கற்றுக் கொண்டாள் இந்திரா.

இப்போது கடிதம் வந்திருக்கிறது. என்ன செய்கிறாய் எப்படி இருக்கிறாய் போன்ற சம்பிரதாயமான கடிதம்தான் அது. ஆனால், அதற்குப் பிறகு நேரு எழுத ஆரம்பித்த கடிதங்கள் உலகச் சரித்திரத்தைச் சொல்லிக்கொடுக்கும் வகையில் அமைந்திருந்தன. 'ஆதி மனிதன் முதல் தாற்காலிக நாகரிகம் வரை' என்ற தலைப்பில் நேரு எழுதிய தொடர் கடிதங்கள் ஒரு புதிய உலகுக்கு இந்திராவை அழைத்துச்சென்றன. பிற் காலத்தில், இந்தத் தொகுப்பு 'உலக வரலாற்றுக் காட்சிகள்' என்ற பெயரில் நூலாக வெளிவந்தது.

ஆறாவது வயதில் இந்திரா பள்ளிக்கூடத்தில் சேர்க்கப்பட்டாள். மாடர்ன் ஸ்கூல். அலகாபாத்திலேயே சிறந்த பள்ளி. தேசிய சிந்தனை கொண்ட பள்ளி என்பது கூடுதல் தகுதி. பாடத் திட்டங்கள் எல்லாம் காங்கிரஸ் கொள்கைகளை ஒத்தே இருந்தன. பிறகு, மோதிலாலின் ஆலோசனைக்கு ஏற்ப செயின்ட் செசிலியா கான்வெண்ட்டில் இணைக்கப்பட்டாள் இந்திரா. போராட்டம், ஊர்வலம், பேரணி என்று வீடே இரண்டுபட்ட சமயங்களில் இந்திரா பள்ளிக்கூடம் சென்றுகொண்டிருந்தாள். பிற மாணவிகள் உயர் ரக வெளிநாட்டு ஆடைகளை அணிந்திருக்க, இந்திரா மட்டும் கதர் உடுத்திக்கொண்டாள்.

செசிலியா பள்ளியில் இந்திரா படிப்பதில் நேருவுக்குக் கொஞ்சமும் உடன்பாடில்லை. சிறையில் இருந்தபடியே கடிதம் மூலம் மோதிலாலுக்குத் தன் எதிர்ப்பைத் தெரிவித்தார். காங்கிரஸுக்கு விரோதமான ஆங்கிலேய வழி பாடம் இந்திராவுக்கு எதற்கு?

மோதிலால் இப்படிப் பதிலளித்திருந்தார். 'இந்திரா தன் வயதையொத்த மாணவிகளுடன் சகஜமாகப் பழக வேண்டும். நல்ல பழக்கவழக்கங்கள் வளரவேண்டும். உயர்தரக் கல்வி கிடைக்கவேண்டும். இதுதான் என் எண்ணம்.'

மோதிலாலின் பதிலில் நேருவுக்குத் திருப்தி இல்லை. விஷயத்தை காந்தியிடம் கொண்டுசென்றார். 'இந்துவின் பள்ளியை மாற்றிவிடவேண்டும் என்பதுதான் என்னுடைய எண்ணம்' என்றார் காந்தி. இனி மறுபேச்சில்லை. உடனடியாக செசிலியா பள்ளியில் இருந்து விடுவிக்கப்பட்டாள் இந்திரா. அவளுக்குப் பயிற்சியளிக்கத் தனியாக ஆசிரியர்கள் நியமிக்கப் பட்டனர். வீட்டிலேயே சிலகாலம் பாடங்கள் நடந்தன.

பள்ளிக்கூடம் போயிருந்தால்கூட இத்தனை வேகமாக இத்தனை பரவலாக இந்திராவால் கற்றுக்கொண்டிருக்கமுடியாது. உலகச் சரித்திரம். சரித்திர நாயகர்களின் கதைகள். இரண்டையும் நேரு கற்றுக்கொடுக்க ஆரம்பித்தார். மற்றொரு பக்கம், இந்தி, ஆங்கிலம், உருது போன்ற மொழிகளை வீட்டில் இருப்பவர் களிடம் இருந்து கிரகித்துக்கொள்ள ஆரம்பித்தாள் இந்திரா. ஜோன் ஆஃப் ஆர்க் இந்திராவின் பிரதான நாயகியாக மாறினாள்.

●

கமலாவின் உடல் நிலை மோசமடைந்தது. இங்கே வைத்து சிகிச்சை அளிக்கமுடியாது ஸ்விட்சர்லாந்து புறப்படுங்கள் என்றார்கள் மருத்துவர்கள். நேரு, கமலா. கூடவே, இந்திரா.

ஸ்விட்சர்லாந்தில் இறங்கியவர்கள் முதலில் சாதாரணமான அறை ஒன்றில் தங்கிக்கொண்டனர். சில நாட்கள் கழித்தபிறகே வாடகைக்கு வீடு ஒன்றைப் பிடித்துக் கொண்டனர். எத்தனை காலம் அங்கே தங்கியிருக்கவேண்டும் என்பது தெரியாததால், இந்திராவை அங்குள்ள லீகோல் இண்டர்நேஷனல் என்னும் பள்ளியில் சேர்த்தார்கள்.

ஃப்ரெஞ்ச், ஜெர்மனி, ஆங்கிலம் ஆகிய மூன்று மொழிகளில் பாடத்திட்டம் அமைக்கப்பட்டிருந்தது. பயமுறுத்தும் மொழி கள். புதிய சூழல். பழகுவதற்கு ஒரு வருடம் பிடித்தது. கொஞ்சம் கொஞ்சமாக ஃப்ரெஞ்சு மொழி நெருக்கமானது. சரளமாகப் பேசவும் முடிந்தது. ஒருகட்டத்தில் இந்திரா ஃப்ரெஞ்ச் மொழியில் பேசுவதை வைத்து, எங்கே அவளுக்கு

இந்தி மறந்துபோய்விட்டதோ என்று கமலாவும் நேருவும் சந்தேகப்பட்டனர்.

அதற்குள் கமலாவின் சிகிச்சைகள் முடிய, மூவரும் அலகாபாத் திரும்பினர். செயிண்ட் மேரிஸ் என்ற புதிய பள்ளியில் சேர்க்கப் பட்டாள், நேருவின் சம்மதத்தோடு. வீட்டு வகுப்புகளும் தொடர்ந்தன. காலை நேரத்தில் உடற்பயிற்சிகள் செய்வது இந்திராவின் முக்கியமான வேலை.

நேரு உடன் இருந்து ஒவ்வொரு பயிற்சியாகச் சொல்லிக் கொடுப்பார். உடற்பயிற்சி முடிந்ததும் இந்திராவை குண்டு கட்டாகத் தூக்கிக் குளத்துக்குள் போட்டுவிடுவார். தண்ணீருக் குள் மூழ்கி, மூச்சுத்திணறி, தானாகவே நீச்சல் பயிலவேண்டும். அப்பாவின் ஆபத்தான பயிற்சி இந்திராவுக்குப் பிடித்துவிட்டது. ஆர்வத்துடன் நீச்சல் கற்றுக்கொண்டாள் இந்திரா.

செயிண்ட் மேரிஸ் பள்ளியில் ஆங்கிலேய கல்விமுறை என்ப தால் அங்கு வெள்ளைக்காரக் குழந்தைகளே அதிகம் படித்தனர். நல்ல முறையில் பாடம் சொல்லித்தரப்பட்டாலும் இந்திரா இங்கும் தனித்துவிடப்பட்டதைப் போலவே உணர்ந்தாள்.

முக்கியமாக, இந்தியப் பண்டிகைகளைக் கேலி செய்வது, இந்தியரின் நிறம் பற்றிய விமரிசனங்கள், இந்தியர்களின் பழக்க வழக்கங்கள் பற்றிய கிண்டல்கள் போன்றவை இந்திராவை வெறுப்படையச் செய்திருந்தன. பள்ளிக்குச் செல்லவே பிடிக்கவில்லை என்று அம்மாவிடமும் பாட்டியிடமும் அழுதாள். தந்தையிடம் சொல்வதற்குப் பயம்.

●

நாடு முழுக்க ஹோலிப் பண்டிகை கொண்டாடப்பட்டது. ஒருவர் மீது ஒருவர் வண்ணங்களைப் பூசிக்கொண்டு கொண்டாடி மகிழ்வது அந்தப் பண்டிகையின் சிறப்பு. ஆசைதீர விளையாடி விட்டு, வண்ணமயமான ஆடையுடன் பள்ளிக்குச் சென்றாள் இந்திரா. முகம் முழுக்க வண்ணக்கலவை. வகுப்பறையில் நுழைய முயன்றவளுக்கு அதிர்ச்சி காத்திருந்தது.

'எங்கே போயிட்டு வர இந்திரா?'

ஆசிரியரின் குரல் கேட்டு நின்றாள். எதிரே மிதமிஞ்சிய கோபத்துடன் ஆசிரியர்.

‘ஹோலி கொண்டாடிட்டு வரேன் சிஸ்டர்.’

‘எதுவா இருந்தா என்ன? முகத்தைக் கழுவி, ஆடைகளை மாத்திட்டு வரவேண்டியதுதானே? இப்படி அசிங்கமா வந்து நிக்கறே?’

‘இல்ல சிஸ்டர், இன்னிக்கு இந்த டிரஸ்லதான் இருக்கணும். நாளைக்கு வழக்கம்போல வந்துடுவேன்.’

‘வாட் நான்சென்ஸ். ஸ்டுபிட் கான்செப்ட். ஸ்டேண்ட் அப் ஆன் தி பெஞ்ச்.’

கடுகடுத்துவிட்டு நகர்ந்தார் ஆசிரியர். அன்று முழுக்கக் கால் கடுக்க பெஞ்ச் மீதே நின்று பாடங்களைக் கவனித்தாள் இந்திரா. இனியும் பொறுமையாக இருந்தால் கஷ்டம் என்று முடிவெடுத்தவள், வீட்டுக்கு வந்ததும் தந்தையிடம் சென்று விஷயத்தைச் சொன்னாள்.

இந்திராவின் மனநிலையை நேருவால் புரிந்துகொள்ள முடிந்தது. இந்திராவுக்கு ஏற்ற பள்ளி எது என்பதை அவர் முன்னரே முடிவு செய்திருந்தார். சாந்திநிகேதன். தேசியக் கவிஞர் ரபீந்திரநாத் தாகூரால் வார்த்தெடுக்கப்பட்ட நிறுவனம். ஆனால் உடனே அங்கே சேர்ந்துவிடமுடியாது. இப்போது இந்திரா இளையவள். சாந்திநிகேதனில் சேர்வதற்கு முன்னால் மற்றொரு பள்ளியில் படிக்கட்டும். தயாரான பிறகு சாந்தி நிகேதனில் இணைத்துவிடலாம். அந்த மற்றொரு பள்ளி பியூப்ளிஸ் ஓன் ஸ்கூல். சாந்திநிகேதனில் பணியாற்றிய ஜஹாங்கீர் என்பவருக்குச் சொந்தமான பள்ளி.

கடுமையான சட்டதிட்டங்கள் கொண்ட பள்ளியாக அது இருந்தது. காலை நாலரை மணிக்கே எழுந்துவிடவேண்டும். ஐந்தரைக்கு ப்ரேயர் ஹாலுக்கு வந்துவிடவேண்டும். வகுப்புகள் ஆறுமணிக்கு ஆரம்பமாகிவிடும். ஆறுதலாக இருந்த ஒரே விஷயம், சக மாணவர்கள். கலாசார, பண்பாட்டு வித்தியாசம் எதுவும் இல்லாமல் சகஜமாகப் பழகினர். மெட்ரிக்குலேஷன் முடிக்கும்வரை அங்குதான் படித்தாள் இந்திரா.

பிறகு, சாந்திநிகேதன். சாந்திநிகேதனைப் பற்றிப் பலரும் நல்ல முறையில் சொல்லியிருந்ததால், பிரமிப்புடன்தான் காலடி எடுத்துவைத்தாள் இந்திரா. இசையின் மீது இந்திராவுக்கு

நாட்டம் அதிகமாகத் தொடங்கியது சாந்திநிகேதனில்தான். கொஞ்சம் கொஞ்சமாக சாந்திநிகேதனின் சூழ்நிலைக்குத் தன்னையும் மாற்றிக்கொண்டாள் இந்திரா. மற்ற இடங்களில் எல்லாம் அங்கிருக்கும் சூழ்நிலைக்குத் தாக்குப்பிடிக்க முடியாமல் திணறிய இந்திரா, சாந்திநிகேதனை சுலபமாக ஏற்றுக்கொள்ள முடிந்தது. உபயம், ரபீந்திரநாத் தாகூர்.

சாந்திநிகேதனில் இந்திராவுக்கு ஒரு கதம்பமான பாடமுறை காத்திருந்தது. விஸ்வபாரதி என்ற பெயரில் கலைக்கான பாடத்திட்டம் அங்கே நடைமுறையில் இருந்தது. இந்திரா தேர்வு செய்திருந்ததும் அந்தப் பாடத்தைத்தான். கூடவே, அறிவியல் பாடத்திலும் ஆர்வம் செலுத்தினாள், தந்தையின் விருப்பத்துக்காக.

•

'வானர சேனை' என்ற அமைப்பை உருவாக்கவேண்டும் என்னும் யோசனை, முதன் முறையாக கமலா மற்றும் காங்கிரஸ் செயல்வீரர்களுள் ஒருவரான பிஷம்பர்நாத் பாண்டே ஆகி யோருக்குத்தான் தோன்றியது. உடனே உருவாக்கிவிட்டார்கள். காங்கிரஸ் தொண்டர்களின் வாரிசுகளை உள்ளடக்கிய அமைப்பு அது. போராட்டத்தில் ஈடுபடும் காங்கிரஸ் தொண்டர்களுக்குச் சிறிய அளவில் உதவி செய்வதுதான் நோக்கம். துண்டுப் பிரசுரங்களை விநியோகிப்பார்கள். காவல்நிலைய வாசல்களில் விளையாடுவதுபோல நின்றுகொண்டு உளவு பார்த்துவந்து காங்கிரஸ் போராட்டக்காரர்களிடம் தகவல் சொல்வார்கள். கடிதப்போக்குவரத்துக்கு உதவி செய்வார்கள்.

மார்ச், 1930-ல் தொடங்கப்பட்ட இந்த வானர சேனையின் தலைவியாக, பதிமூன்று வயது இந்திரா தேர்வு செய்யப் பட்டாள். உடனடியாக அலகாபாத்தில் இருக்கும் பள்ளிகளுக்கு வானரப் படைகள் சென்றன. செல்லும் இடங்களில் எல்லாம் பிரசாரம் செய்யப்பட்டன. விளைவு, ஆயிரக்கணக்கான சிறுவர், சிறுமிகள் தங்களை வானர சேனையில் இணைத்துக் கொண்டனர்.

நாடு தழுவிய அளவில் வானர சேனை சார்பாக ஆங்கிலேயே எதிர்ப்புப் பேரணி நடத்தப்பட்டது. இந்திரா தலைமையில் அலகாபாத்தில் பேரணி நடந்தது. முடிவில் இந்திரா உரை யாற்றினாள். ஆனால் அவளுடைய குரல் கம்மி இருந்ததால்,

பாண்டே ஒலிப்பெருக்கியாக அவதாரம் எடுத்து, இந்திராவின் பேச்சை மறுஒலிபரப்புச் செய்தார்.

மெல்ல மெல்ல இந்திரா, வானர சேனையின் செயல்பாடுகளில் தன்னை முழுமையாக ஈடுபடுத்திக் கொள்ளத் தொடங்கினாள். ஆண்கள் அணியும் கதர் சீருடைகளையே தானும் அணிந்து கொண்டாள். பாப் வெட்டிய தலையில் அழகான வெள்ளைத் தொப்பியை அணிந்துகொள்வாள். அசப்பில் ஆண் பிள்ளை போல இருப்பதால், இந்துப்பையா என்று செல்லமாக காங்கிரஸ் தொண்டர்கள் அழைக்கத் தொடங்கினர்.

●

'பாரத் மாதா கீ ஜே'

மகிளா காங்கிரஸ் தொண்டர்களின் கோஷம் சாலையை அதிரவைத்துக் கொண்டிருந்தது. அலகாபாத் நகரில் இருக்கும் ஈவிங் கல்லூரியை நெருங்கிக் கொண்டிருந்தது ஊர்வலம். கல்லூரி மதில் சுவரில் அமர்ந்தபடி இளைஞர்கள் சிலர் ஊர் வலத்தை வேடிக்கை பார்த்துக்கொண்டிருந்தனர். சுட்டெரிக்கும் வெயில். சிறிதும் அலட்டிக்கொள்ளாமல் சென்று கொண்டிருந் தது ஊர்வலம்.

ஊர்வலத்தில் நடந்துவந்த கமலாவுக்குத் திடீரென தலை சுற்றுவதுபோல இருந்தது. அருகில் இருந்த பெண்ணை சைகைக்காட்டி அழைத்தார். அவளிடம் விஷயத்தைச் சொல்வதற்கு முன்னரே சுருண்டு விழுந்தார் கமலா. மறுநொடி அந்த இடத்தைப் பதற்றம் ஆக்ரமித்துக் கொண்டது. கமலா மயங்கி விழுந்ததையும் கூட்டம் கூடிவிட்டதையும் பார்த்த கல்லூரி இளைஞர் ஒருவர் விருட்டென குதித்து ஓடிவந்தார்.

சட்டென்று கமலாவை மடியில் ஏந்திக்கொண்ட அவர், தண்ணீர் கொண்டுவரச் சொல்லி மயக்கம் தெளிய வைக்கும் நடவடிக்கையில் இறங்கினார். சில நொடிகளில் கண்விழித்துப் பார்த்தார் கமலா.

'அம்மா, இப்போ எப்படி இருக்கு உடம்பு?'

சட்டென்று எழுந்துகொண்ட கமலா, 'இப்போது பரவா யில்லை. மிக்க நன்றி. உன்னுடைய பெயர் என்ன?' என்று கேட்டார்.

பதில் வந்தது.

'ஃபெரோஸ் காந்தி'

•

சுதந்தர போராட்டத்தில் கலந்துகொள்வதற்குக்கூட வீட்டில் பலமாகப் போராட வேண்டியிருந்தது ஃபெரோஸ் காந்திக்கு. வீட்டில் இருந்தவர்கள் யாரும் அவருக்கு ஒத்துழைக்கவில்லை. சரி வேடிக்கை மட்டும் பார்க்கிறேன் என்று சொல்லிவிட்டு ஒருமுறை வந்துவிட்டார். சைமன் கமிஷனுக்கு எதிராக நடத்தப்பட்ட போராட்டம் அது.

ஃபெரோஸை மட்டும் தனியாக அழைத்தார் ஒரு காவல்துறை அதிகாரி.

'மைனர் பையனா இருக்கியே, உனக்கு எதுக்குத் தம்பி போராட்டம், ஊர்வலம் எல்லாம். ஒழுங்கா வீட்டுக்குப் போ'

அறிவுரை சொல்லி வீட்டுக்கு அனுப்பிவிட்டார். சிறைக்குப் போகவேண்டும் என்று ஆசைதான். முடியவில்லை. அதனா லென்ன? அடுத்த போராட்டத்தில் கலந்து கொள்ளலாமே. வீட்டுக்குப் புறப்பட்டுவிட்டார் ஃபெரோஸ். விஷயம் அத்தோடு முடிந்துவிட்டது என்றுதான் நினைத்திருந்தார்.

ஃபெரோஸ் போராட்டத்தில் கலந்துகொண்டதால், அவருடைய அத்தை டாக்டர் கோமிஸ்ஸரியட்டின் வேலைக்கு ஆபத்து வந்தது. கெஞ்சிக் கூத்தாடி வேலையைத் தக்கவைத்துக் கொள்ளவேண்டிய சூழல் உருவாகிவிட்டது. அதற்காக அவர் கொடுத்த உறுதிமொழி இதுதான்.

'ஃபெரோஸ் இனி போராட்டத்தில் கலந்துகொள்ள மாட்டார்.'

ஃபெரோஸுக்குக் கல்லூரிக்குச் செல்ல விருப்பமில்லை. அவருக்கு கமலா நேருவைச் சந்திக்கவேண்டும் போல இருந்தது. ஆனந்தபவனை நோக்கி நடக்கத் தொடங்கினார். கமலா நேருவிடம் தன்னை அறிமுகம் செய்துகொண்டார்.

'இந்திய சுதந்தரப் போராட்டத்தில் நான் ஈடுபடவேண்டும். போராட்டங்களில் கலந்துகொள்ளவேண்டும். சிறை செல்லவும் நான் தயாராக இருக்கிறேன்.'

‘நல்லது. உனக்கு நான் உதவி செய்கிறேன்’ என்றார் கமலா.

சந்தோஷமாகக் கல்லூரிக்குப் புறப்பட்டார் ஃபெரோஸ். அதிலிருந்து அரசியல், போராட்டம், ஊர்வலம் என்று கமலா சொல்லும் எந்த விஷயத்தையும் தட்டாமல் செய்துவரத் தொடங்கினார் ஃபெரோஸ். கல்லூரியைக் கொஞ்சம் கொஞ்சமாக மறக்கத் தொடங்கினார்.

மாலை வேளைகளில் விளையாடப்போவதுபோல்தான் போராட்டங்களுக்கும் போவான் என்று நினைத்திருந்த குடும்பத்தினர், கலங்கிவிட்டார்கள். இவன் என்ன முழு நேரப் போராளியாக மாறிவிட்டான்? படிப்பு கெட்டுப்போனால் என்ன செய்வது? காந்தியைச் சந்தித்தார் ரத்திமா பாய். காந்தி, அவர் குடும்பத்துக்கு முன்னரே அறிமுகமானவர். அவர் முடிவு சரியாக இருக்கும் அல்லவா?

விஷயத்தைக் கேட்ட காந்தி பொறுமையாகப் பதிலளித்தார்.

‘இல்லை ரத்திமா. உங்களுடைய கருத்தில் எனக்கு உடன்பாடு இல்லை. ஃபெரோஸைப் பற்றி நான் கேள்விப்பட்டிருக் கிறேன். அவர் ஒரு சிறந்த போராளி. அவரைப் போன்ற ஏழு போராளிகள் கிடைத்தால் ஏழே நாளில் இந்தியாவுக்குச் சுதந்தரம் உறுதி.’

காந்தியின் ஆசீர்வாதங்களுடன் போராட்டம், சிறை என்று புதிய பயணத்தைத் தொடங்கினார் ஃபெரோஸ். நேரம் கிடைக்கும் போதெல்லாம் ஆனந்தபவனுக்கு வரத் தொடங்கினார். பிறகு நேரத்தை ஏற்படுத்திக்கொண்டு வரத்தொடங்கினார். அப்படி வரும் சமயங்களில் எல்லாம் பெரும்பாலும் கமலா உடல்நிலை சரியில்லாமல் படுத்திருப்பார். தண்ணீர் கொடுப்பது, உணவு பரிமாறுவது, மாத்திரைகள் எடுத்துத் தருவது போன்ற சின்னச்சின்ன உதவிகளை ஆர்வமாகச் செய்வார் ஃபெரோஸ்.

காசநோய் கமலாவை முழுவதுமாக ஆக்ரமித்துக்கொண் டிருந்த சமயம் அது. யாரும் நோயாளியின் அருகே இருக்கக் கூடாது. எளிதில் தொற்றிக்கொள்ளக்கூடிய நோய். இதுதான் அந்தச் சமயத்தில் காசநோய் பற்றிய புரிதல். ஆனால் ஃபெரோஸுக்கு அதெல்லாம் ஒரு பொருட்டாகவே இருக்க வில்லை. விளைவு, ஃபெரோஸ், கமலா நேருவின் உற்ற தோழராக மாறிப்போனார்.

வீட்டுக்கு வரும் ஃபெரோஸை இந்திராவுக்கு அறிமுகம் செய்துவைத்தவர் கமலாதான். வெறும் புன்னகையை மட்டுமே பரஸ்பரம் பரிமாறிக்கொள்வது வழக்கம். எதுவும் பேசிக் கொள்ளமாட்டார்கள். ஆனால் தன்னுடைய அம்மாவுக்கு அனுசரணையாக ஃபெரோஸ் இருப்பது இந்திராவை சந்தோஷப்படுத்தியிருந்தது. இது நட்புக்கு இட்டுச்சென்றது.

அடிக்கடி ஆனந்தபவனுக்கு வந்து சென்றதால் இந்திராவின் ஒவ்வொரு நகர்வையும் உன்னிப்பாகக் கவனிக்கத் தொடங்கி னார் ஃபெரோஸ். துறுதுறு கண்கள். துணிச்சலான பேச்சு. சுறுசுறுப்பு. சரளமான பேச்சு. திமிரான நடை. எல்லாமே ஃபெரோஸை வெகுவாகக் கவர்ந்தன. மனத்துக்குள் இந்திரா பற்றிய நினைவுகள் ஆக்ரமிக்கத் தொடங்கின. உள்ளுக்குள் இந்திராவை ரசிக்கத் தொடங்கியவர், மெல்ல மெல்ல காதலிக்கவும் தொடங்கியிருந்தார்.

அவ்வப்போது கமலாவுக்கு உடல்நிலை மோசமாகி லக்னோ மருத்துவமனையில் சேர்க்கவேண்டியிருக்கும். அப்போதும் ஃபெரோஸே உடன்சென்று கமலாவைக் கண்ணும் கருத்து மாகப் பார்த்துக்கொண்டார். சில மாதங்களில் கமலாவை குமோன் மலைத்தொடரில் இருக்கும் பொவாளி என்ற மலைவாசஸ்தலத்துக்குக் அழைத்துச் சென்றார் நேரு. செவிலி யராக, ஃபெரோஸ். கூடவே இந்திராவும் சென்றிருந்தார்.

அங்குள்ள எட்வர்ட் சானிடோரியத்தில் கமலாவுக்குச் சிகிச்சை அளிக்கப்பட்டது. மொத்தம் ஒன்பது மாதங்கள் அங்கே சிகிச்சைகள் தொடர்ந்தன. இடைப்பட்ட காலத்தில் இந்திராவின் மீதான காதல் அதிகமாகியிருந்தது. இதை ஒருநாள் இந்திரா விடம் சாங்கோபாங்கமாகச் சொன்னார். ஆனால் அதை இந்திரா ரசிக்கவில்லை. அமைதியாக இருந்துவிட்டார். விஷயத்தைப் புரிந்துகொண்ட ஃபெரோஸ், அதன்பிறகு இந்திராவிடம் காதல் பற்றிப் பேசுவதை முற்றிலுமாக நிறுத்திவிட்டார்.

•

சாந்திநிகேதனில் இந்திராவின் கல்வி, சிறப்பான பாதையில் சென்றுகொண்டிருந்தது. ஃப்ராங்க் ஓபர்ட்ராஃப் (Frank Oberdorf) சுருக்கமாக ஃப்ராங்க் என்னும் ஜெர்மானியரின் அறிமுகம் கிடைத்தது. இவரிடம் இருந்து ஃப்ரெஞ்ச் மொழியைக்

கற்றுக்கொண்டாள் இந்திரா. ஆசிரியர் என்ற முறையில் ஃப்ராங்குக்குத் தரவேண்டிய மரியாதையைக் கொடுத்திருந்தார் இந்திரா. ஆனால் ஃப்ராங்கோ, கொஞ்சம் கொஞ்சமாக இந்திராவை மானசீகமாகக் காதலிக்கத் தொடங்கினார். நீட்டி முழக்காமல் இந்திராவிடம் பளிச்சென்று சொல்லியும்விட்டார்.

குறுகிய இடைவெளியில் இரண்டு அதிர்ச்சிகள். தலையே வெடித்துவிடும்போல இருந்தது இந்திராவுக்கு. 'வாய்ப்பே இல்லை. உங்களை என்னால் நல்ல நண்பராக மட்டுமே பார்க்க முடியும்' கறாராகவே சொல்லிவிட்டாள். தன் முயற்சியில் சற்றும் மனம் தளராத ஃப்ராங்க், நினைவு வரும்போதெல்லாம் தன் காதலை வெளிப்படுத்திக்கொண்டிருந்தார். இந்திரா சட்டை செய்யவில்லை என்றபோதும்.

1933. இந்திராவின் பதினாறாவது பிறந்தநாளைக் கொண்டாடு வதற்கான ஏற்பாடுகள் நடைபெற்றுக் கொண்டிருந்தன. ஃபெரோஸ் காத்திருந்தார். இன்று எப்படியாவது முடிவு தெரிந்தாகவேண்டும். வாகாகச் சந்தர்ப்பம் கிடைத்தது. முகத்துக்கு நேராக வெளிப்படுத்திவிட்டார். அவ்வளவுதான். பொரிந்து தள்ளிவிட்டார் இந்திரா. 'ஏன் மீண்டும் மீண்டும் தொந்தரவு கொடுக்கிறீர்கள்? தாயாரின் நண்பர் என்ற முறையில்தானே பழகினோம்? ச்சே.'

விஷயம் கமலாவின் காதுகளுக்குச் சென்றது. கைகளைப் பிசைந்துகொண்டார். ஃபெரோஸ், இந்திரா இருவரையுமே நன்றாகப் புரிந்துவைத்திருந்தவர் என்பதால் விஷயத்தை நாசூக்காகக் கையாள வேண்டும் என்று முடிவு செய்தார். நேராக இந்திராவிடம் பேசாமல், ஃபெரோஸை அழைத்துப் பேசினார்.

'ஃபெரோஸ், உன்னுடைய விருப்பத்தை என்னால் உணர்ந்து கொள்ள முடிகிறது.

உன்னுடைய துரதிருஷ்டம் அதனை ஏற்கக்கூடிய பக்குவமும் வயதும் இந்திராவுக்கு இல்லை. கொஞ்சம் அமைதியாக இரு. காலம் கனியும்போது இதுபற்றிப் பேசலாம்.'

இந்தச் சம்பவம் நடந்த பிறகு ஆனந்த பவனுக்கு வருவதையோ அல்லது கமலா மற்றும் இந்திராவிடம் பழகுவதையோ ஃபெரோஸ் நிறுத்திக்கொள்ளவில்லை. எப்போதும் போலவே பழகினார். ஃபெரோஸ் எப்படியோ, இந்திராவும் அப்படியே.

1935. புத்தாண்டை இந்திரா, நேரு, கமலா, ஃபெரோஸ் ஆகிய நால்வரும் இணைந்து போவாளியில் கொண்டாடினர். இதற்குள் இந்திராவும் ஃபெரோஸூம் ஓரளவுக்கு நன்றாகப் பழகியிருந்தனர். இந்த தைரியத்தில் மீண்டும் தன்னுடைய காதலை சொன்னார் ஃபெரோஸ். இந்த முறை மென்மையாகப் புன்னகை செய்தார் இந்திரா. அடடா, நல்ல மாற்றம். உற்சாகமாகிவிட்டார் ஃபெரோஸ்.

3. அந்த ஒரு நொடி

'முடியாது, முடியவே முடியாது' என்றார் இந்திரா. இந்திராவின் குரலில் பிடிவாதத்தின் ஸ்ருதி கொஞ்சம் கடுமையாக இருந்தது. அம்மாவின் மருத்துவச் சிகிச்சைக்கு உதவியாகச் செல்ல ஏன் தயங்குகிறாள்? எது அவளைத் தடுக்கிறது? வெளிநாட்டுக்குச் சென்றுவிட்டால் சாந்திநிகேத னுக்குச் செல்வது தடைபட்டுவிடுமோ என்று அஞ்சுகிறாள் என்பது புரிந்தது. மீண்டும் உடல்நலம் பாதிக்கப்பட்டுள்ள கமலாவுக்கு உதவி செய்வதற்கு இந்திராவின் வருகை எந்த அளவுக்கு அவசியம் என்பதை நாசூக்காகப் புரியவைத்தார் நேரு. சமாதானமாகியிருந்தார் இந்திரா.

மே 23, 1935. கமலாவும் இந்திராவும் ஜெர்மனிக்குப் புறப்பட்டாள். வியன்னாவுக்கு வந்திறங்கிய அவர் களை வரவேற்கக் காத்திருந்தவர் சுபாஷ் சந்திர போஸ். 'மருத்துவச் சிகிச்சைக்காக' என்ற பெயரில்

ஜெர்மனி வந்திருந்த சுபாஷ், இந்திய விடுதலைக்காகச் சில ஜெர்மானியத் தலைவர்களைச் சந்தித்து ஆதரவு திரட்டும் பணியில் ஈடுபட்டிருந்தார்.

சுபாஷின் உதவியால் மூவரும் தங்குவதற்கு இடம் கிடைத்தது. அதன்பிறகு கமலாவை அழைத்துக்கொண்டு வியன்னாவில் இருக்கும் ஒவ்வொரு மருத்துவமனைகளுக்கும் ஏறி இறங்கினார் இந்திரா. அப்போது பெரும்பாலும் சேலையே உடுத்தினார். இதனால் வெளியே அனைவரும் இந்திராவை வேடிக்கை பார்த்தனர். எல்லாவற்றையும் கவனித்த கமலா, அழகு நிலையத்துக்கு அழைத்துச் சென்று இந்திராவின் கூந்தல் அமைப்பை மாற்றினார். நவீன ஆடைகளை வாங்கிக் கொடுத்து அணிந்துகொள்ளச் செய்தார்.

மருத்துவர்களின் ஆலோசனைப்படி பெர்லின் நகருக்குச் சென்று அறுவை சிகிச்சை மேற்கொள்ள முடிவு செய்தார் கமலா. அறுவை சிகிச்சை வெற்றிகரமாக முடிந்தது. கொஞ்சம் ஓய்வெடுத்துக்கொண்ட பிறகு மூவரும் ஃப்ரெஞ்ச் மற்றும் ஸ்விட்சர்லாந்தின் எல்லைப்பகுதியான பாதன்வெய்லர் என்ற இடத்துக்குப் புறப்பட்டனர்.

சிகிச்சையும் ஓய்வும் எதிர்பார்த்த அளவுக்குக் கிடைத்தது கமலாவுக்கு. ஆனால் இந்திராவுக்கோ எப்போதும் ஃபெரோ ஸின் நினைவுதான். இதற்கிடையே மேல்படிப்புக்காக லண்ட னுக்குச் சென்றிருந்தார் ஃபெரோஸ். அவரும் இந்திராவின் நிலையில்தான். ஆனால் இவர் ஒருபடி மேலே போய் இந்திரா வுக்குக் கடிதம் எழுதத் தொடங்கினார். காதல் கடிதங்கள்.

அம்மாவுக்கு உதவிக்காக வந்திருந்த இந்திராவை ஒரு பழைய விவகாரம் சங்கடப்பட வைத்தது. மீண்டும் ஃப்ராங்க். எத்தனை தடவை சொல்லியும் ஃப்ராங்க் தன்னை மாற்றிக்கொள்வதாக இல்லை. அதற்காக அவரை வெறுத்து ஒதுக்கவும் முடிய வில்லை. காரணம், ஃப்ராங்கின் திறமைகள். முக்கியமாக அவருடைய மொழி ஆளுமை.

ஃப்ராங்கின் காதல் போரில் இருந்து எப்படித் தப்பிக்கலாம் என்று மூளையைக் கசக்கிக்கொண்டிருந்தவருக்குச் சந்தோஷம் கொடுக்கும் விதமாக, கடிதம் ஒன்று வந்து சேர்ந்தது. அனுப்பி யவர், ஃபெரோஸ்.

'என் அன்புக்குரிய இந்து, விரைவில் பாதன்வெய்லருக்கு வரப்போகிறேன்'

ஃபெரோஸின் வருகை செய்தி அவரை சந்தோஷத்தில் மிதக்க வைத்தது. இது நடந்துகொண்டிருக்கும் சமயத்தில் நேருவுக்குப் புதிய யோசனை வந்திருந்தது.

'ஏன் லண்டனில் இருக்கும் சோமர்வில் கல்லூரியில் இந்திராவை சேர்க்கக் கூடாது?'

நல்ல விஷயம். உற்சாகமாகத் தலையாட்டினார் கமலா. கொஞ்சம் கூடுதலாகவே தலையாட்டி வைத்தார் இந்திரா. பின்னே, ஃபெரோஸுக்கு அருகிலேயே இருக்கும் வாய்ப்பு நெருங்கிவருகிறது என்றால் சும்மாவா என்ன? மனத்துக்குள் கொப்பளித்த உற்சாகம் முகத்தில் ததும்பி வழிந்தது இந்திராவுக்கு.

நேருவும் இந்திராவும் லண்டனுக்குப் புறப்பட்டு வந்தனர். கல்லூரி விவரங்களைச் சேகரித்தனர். 1936 மார்ச்சில்தான் நுழைவுத்தேர்வு என்று தெரிந்ததும் மீண்டும் பாதன்வெய்லர் திரும்பிவிட்டனர்.

●

1935 டிசம்பர். பாதன்வெய்லரில் கிறிஸ்துமஸ் தினக் கொண்டாட்டத்தில் மூழ்கியிருந்தனர் நேரு குடும்பத்தினர். இந்திராவுக்கு இன்ப அதிர்ச்சி கொடுக்கலாமே என்ற யோசனை ஃபெரோஸுக்கு வந்திருந்தது. முன்கூட்டியே தகவல் ஏதும் கொடுக்காமல் திடுதிப்பென பாதன்வெய்லருக்கு வந்திறங்கினார் ஃபெரோஸ்.

அங்கே ஃபெரோஸுக்கு ஏமாற்றமே காத்திருந்தது. நேருவும், கமலாவும் மாத்திரமே இருந்தனர். வீட்டுக்குள் கண்களை அலைபாயவிட்டார். ம்ஹூம். இந்திரா எங்குமே தென்படவில்லை. அவருடைய தேடலை கமலாவால் உணர முடிந்தது. அவரே பேசினார்.

'கவலைப்படாதே ஃபெரோஸ். இந்திரா வெஞ்சன் என்ற இடத்துக்குச் சென்றிருக்கிறார். அங்கு பனிச்சறுக்கு விளையாட்டு பிரசித்தி பெற்றது தெரியுமில்லையா?'

மறுநொடி வெஞ்சனை நோக்கிப் புறப்பட்டிருந்தார் ஃபெரோஸ்.

தூரத்தில் ஃபெரோஸைப் பார்த்ததுமே இந்திராவின் முகத்தில் பரவசம் வந்து ஒட்டிக்கொண்டது. உற்சாகம் கொப்பளிக்க ஓடிவந்து வரவேற்றார். பரஸ்பரம் பரவசம் குறையாமல் பேசத் தொடங்கினர். நிமிடங்கள் கரையத் தொடங்கின. சட்டென்று ஃபெரோஸின் கவனம் இந்திராவுக்கு அருகில் நின்றிருந்த நபரின் மீது சென்றது.

'இவர் ஃப்ராங்க். என்னுடைய மதிப்புக்குரிய ஆசிரியர். சிறந்த நண்பர்.'

அடுத்தநொடி ஃபெரோஸின் காதுகளும் மூக்குநுனியும் சிவந்து விட்டன. ஃப்ராங்குடன் வெறுமனே கைகுலுக்கினாரே தவிர, வாய் திறந்து ஒரு வார்த்தைப் பேசவில்லை. இந்திராவுடன் சில நிமிடங்கள் பேசிக்கொண்டிருந்துவிட்டு, பாதன்வெய்லர் நோக்கிப் புறப்பட்டார் ஃபெரோஸ். இந்திராவால் ஃபெரோஸின் மனநிலையை நன்றாகவே புரிந்துகொள்ள முடிந்தது.

'நான் ஃப்ராங்குடன் வந்திருந்ததை ஃபெரோஸ் ரசிக்கவில்லை. கோபித்துக்கொண்டு போகிறார். என்ன செய்வது?'

நேராக இந்திராவின் வீட்டுக்குச் சென்றார் ஃபெரோஸ். எதுவும் பேசவில்லை. அமைதியாக அமர்ந்துவிட்டார். ஃபெரோஸின் முகத்தைப் பார்த்த மாத்திரத்திலேயே ஏதோ அசம்பாவிதம் நடந்திருக்கிறது என்பது கமலாவுக்குப் புரிந்துவிட்டது. வெஞ்சனில் நடந்த சங்கதிகளை எல்லாம் ஒன்றுவிடாமல் கமலாவிடம் சொல்லிவிட்டு, லண்டன் சென்றுவிட்டார் ஃபெரோஸ்.

பனிச்சறுக்கு விளையாட்டை எல்லாம் முடித்துக்கொண்டு இந்திரா ஃபாதன்வெயிலருக்கு வந்து சேர்ந்தபோது, கமலா ஆத்திரத்தின் உச்சியில். ஆனால், கோபத்தைத் துளியும் வெளிக் காட்டவில்லை. எதிர்மறையாகிவிடக் கூடாது என்ற உள்ளுணர்வு கமலாவை வெகுவாக எச்சரித்திருந்தது. இந்திராவை அருகில் அமரவைத்துக்கொண்டு அமைதியாகப் பேசத் தொடங்கினார் கமலா.

'இந்து, என்னுடைய அனுமானம் சரியாக இருக்கும் என்றால் உனக்குப் பொருத்தமான ஜோடி ஃபெரோஸ். ஆனால் அதற்கு இன்னும் காலம் கனியவில்லை.'

புன்னகையை வெளிப்படுத்திவிட்டு நகர்ந்துவிட்டார் இந்திரா.

•

கமலாவின் உடல்நிலை மென்மேலும் மோசமாகிக்கொண்டே போனது. பாதன் வெய்லரில் இருந்து வெளியேறியவர்கள் லாசானே என்ற இடத்துக்குச் சென்றனர். சிகிச்சைகள் சிறப்பான முறையில் இருந்தன. ஆனால் அது போதுமானதாக இல்லை.

பிப்ரவரி 28, 1936. அதிகாலை ஐந்து மணி இருக்கும். கமலாவின் உடலில் திடீரென உஷ்ணம் அதிகரித்திருந்தது. முனகல் சத்தம் கேட்டு நேருவும் இந்திராவும் ஓடிவந்தனர். எதுவும் பேசவில்லை கமலா. சில நொடிகளுக்கு முனகல் மட்டுமே கேட்டது. சட்டென்று இமைகளை மூடினார் கமலா. அதன்பிறகு அவை திறக்கவில்லை.

நிலைகுலைந்து போனார் இந்திரா. மனைவியைப் பறிகொடுத்த வருத்தத்தில் அப்படியே சாய்ந்துவிட்டார் நேரு. உடல்நிலை பாதிக்கப்பட்டது முதல் தொடர்ந்து நேரம் கிடைக்கும் போதெல்லாம் கமலாவுக்கு உற்ற தோழனாக, அறிவிக்கப்படாத செவிலியராகப் பணியாற்றிய ஃபெரோஸ், அப்போது கமலா வின் உடலுக்கு அருகே இருந்தார். முகத்தில் சோகம் கப்பி யிருந்தது. தோழியை இழந்து தவிக்கும் நிஜமான தோழனாகவே ஃபெரோஸைப் பார்த்தார் இந்திரா.

'கமலாவின் மீது குறைவில்லாத பாசத்தைச் செலுத்தி, அவரை முழுமையாகப் புரிந்துகொண்ட ஃபெரோஸிடம் மட்டும்தான், தன்னுடைய எதிர்காலத்தை நம்பி ஒப்படைக்கமுடியும்' என்று இந்திரா நினைக்கத் தொடங்கியது அந்த நொடியில் இருந்துதான்.

•

லண்டனை நோக்கிப் பயணம் செய்துகொண்டிருந்தார் இந்திரா. ஆக்ஸ்போர்டு பல்கலைக்கழகத்தில் நுழைவுத் தேர்வு எழுத வேண்டும். ஆனால் நினைவுகள் எல்லாம் கமலாவைச் சுற்றியே சுழன்று கொண்டிருந்தன. ஃபெரோஸும் படிப்பைத் தொடர்வதற்காக ஏற்கெனவே லண்டன் புறப்பட்டுப் போயிருந்தார்.

பாரிஸ் வழியாக லண்டனை அடைந்த இந்திரா, இப்போது ஃபெரோஸுடன் இணைந்திருந்தார். தேர்வுகளுக்கான தயாரிப்புகளை எல்லாம் ஃபெரோஸுடன் இணைந்தே மேற்கொண்டார் இந்திரா. மொத்தம் ஏழு மணி நேரத்துக்கு நடத்தப்பட்ட தேர்வு அது. ஆனால் அந்தத் தேர்வில் எதிர்பார்த்த பலன் கிடைக்கவில்லை. லத்தீன் பாடத்தில் தேர்வு பெற முடியாமல் தோல்வியடைந்திருந்தார் இந்திரா.

தோல்வியை நினைத்து அழுது மூலையில் முடங்குவதில் இந்திராவுக்குத் துளியும் விருப்பமில்லை. எங்காவது வெளியே சென்றுவர ஆசைப்பட்டார். பூர்த்தி செய்யக் காத்திருந்தார் ஃபெரோஸ். பிறகென்ன? உலகம் போற்றும் காதலர் தேசமான பாரிஸ் நகரத்தில் சுதந்தரமாகச் சுற்றித்திரியத் தொடங்கினர் ஃபெரோஸும் இந்திராவும். நகரத்தை வலம் வந்தபடியே பல விஷயங்களை மனம்விட்டுப் பேசினர். திகட்டத் திகட்ட பாரிஸை அனுபவித்தபிறகு, ஃபெரோஸுடன் லண்டன் திரும்பினார் இந்திரா. அங்கே தனக்கென அறை ஒன்றை வாடகைக்கு எடுத்துத் தங்கினார் இந்திரா. வீட்டுக்கு அருகிலேயே லத்தீன் பாடத்துக்கான சிறப்பு வகுப்பை ஏற்பாடு செய்துகொடுத்தார் ஃபெரோஸ்.

•

சாந்தா காந்தி. பூனாவில் இருக்கும் பீப்பிள்ஸ் ஓன் ஸ்கூலில் இந்திரா படித்துக் கொண்டிருந்த சமயத்தில் அறிமுகமானவர். இப்போது ஃபெரோஸின் அறைக்கு அருகில் அறை எடுத்துத் தங்கியிருந்தார். பூனாவில் இருந்தபோது இருவருக்கும் அத்தனை நெருக்கம் கிடையாது. ஆனால் இப்போது கொஞ்சம் கொஞ்சமாக நெருங்கத் தொடங்கியிருந்தனர். புதிய தோழி கிடைத்துவிட்ட சந்தோஷம் இந்திராவின் முகத்தில் அப்பட்டமாகத் தெரிந்தது.

ஃபெரோஸை சாந்தாவுக்கு அறிமுகம் செய்துவைத்தார் இந்திரா. அதன்பிறகு மூவருமே நெருங்கிய நண்பர்களாக மாறினர். இசை நிகழ்ச்சிகள். காபி ஷாப். சினிமா தியேட்டர். லைப்ரரி. ரெஸ்டாரண்ட். அவுட்டிங் என்று ஒரு இடம் பாக்கி இல்லாமல் மூவரும் சேர்ந்து சுற்றுவது வழக்கம். மூவரும் சேர்ந்தே சென்றாலும், இந்திரா, ஃபெரோஸ் இடையே மனரீதியாக நெருக்கம் அதிகரித்துக்கொண்டே வந்தது.

ஃபெரோஸ் இந்திராவின் மீது மிகுந்த காதலுடன் இருப்பதை சாந்தா காந்தி நன்றாகவே புரிந்து வைத்திருந்தார். அதேபோல, ஃபெரோஸ் மீது இந்திராவுக்கு ஈர்ப்பு இருக்கிறது, ஆனால் வெளியே சொல்லாமல் மறைத்துக் கொண்டிருக்கிறார் என்பதும் சாந்தாவுக்குப் புரிந்தே இருந்தது.

இதற்கிடையே ஃப்ராங்க் மீண்டும் இந்திராவுக்குத் தொல்லை கொடுக்கத் தொடங்கினார். இது மூன்றாவது குறுக்கீடு. 'என் அருமை இந்திரா. கிறிஸ்துமஸ் விழாவை உன்னுடன் இணைந்து கொண்டாட விரும்புகிறேன். ஜெர்மனிக்கு வரவேண்டும்' - இதுதான் ஃப்ராங்க் இந்திராவுக்கு விடுத்த விண்ணப்பம். ஆனால் இந்தமுறை அமைதியாக அடங்கிப் போவதில்லை என்று முடிவு செய்தார் இந்திரா.

நேராக ஃப்ராங்கைச் சந்தித்த இந்திரா, 'உங்களை நான் காதலனாக ஏற்றுக்கொள்வேன் என்று கனவிலும் நினைக்கா தீர்கள். அப்படி நினைத்தால் அது அறிவீனம்'

'குட்பை இந்திரா' என்று விடைபெற்றுக்கொண்டார் ஃப்ராங்க்.

'சோமர்வில் கல்லூரியில் சேர்ந்துவிட்டால் பிறகு தந்தையுடன் நேரம் கழிக்க முடியாது. ஆகவே இந்தியா சென்று தந்தையுடன் சில நாட்கள் தங்கியிருக்க விரும்புகிறேன்' ஃபெரோஸிடம் சொன்னார் இந்திரா. அவரும் புன்னகை மூலம் ஆதரவு தெரிவிக்கவே இந்தியா புறப்பட்டார் இந்திரா. மொத்தம் இரண்டு மாதங்கள். தந்தையோடு சேர்ந்து தங்கினார். இடை யிடையே கமலாவும் ஃபெரோஸும் மாறிமாறி நினைவுக்கு வந்தாலும்கூட, தந்தை அருகில் இருந்ததால் அவரால் உற்சாகமாக நாட்களைக் கடக்க முடிந்தது.

•

'சரோஜினி நாயுடுவின் மகளான பத்மஜாவுக்கும் நேருவுக்கும் இடையே நெருக்கமான உறவு இருக்கிறது' இந்திராவின் உற்சாகத்தைக் கலைக்கும் வகையில் வந்தது அந்தச் செய்தி அல்லது வதந்தி. நம்பமுடியாமல் தவித்தார் இந்திரா. தந்தையின் மீது கொண்ட நம்பிக்கை மற்றும் பாசம் காரணமாக இதுபற்றி நேருவிடம் விவாதிக்க விரும்பாமல் பாரிஸ் புறப்பட்டுச் சென்றார் இந்திரா.

பாரிஸில் இறங்கிய அடுத்த நொடியே ஃபெரோஸைச் சந்திக்க விரும்பினார் இந்திரா. ஃபெரோஸ் வந்ததும் அவரை அழைத்துக் கொண்டு நேராக சாக்ரே கோயர் என்ற இடத்துக்குச் சென்றார். விஷயம் ஏதும் சொல்லாமல் அழைத்துச் சென்றதால் ஒருவித குழப்ப சிந்தனையுடன் ஃபெரோஸ் வந்திருந்தார்.

சில நிமிடங்கள் கனத்த அமைதி நிலவியது. ஃபெரோஸும் பேசவில்லை. இந்திராவும் பேசவில்லை. நிச்சயம் ஏதேனும் முக்கியமான விஷயமாகத்தான் இருக்கும் என்பதால் ஃபெரோஸ் இந்திராவை தொந்தரவு செய்யாமல் நிதானமாகக் கவனித்துக் கொண்டிருந்தார். நிமிடங்கள் கரைந்தன. தானாக வாய் திறக்கும் வரை அமைதி காப்பது என்று உள்ளுக்குள் முடிவு செய்திருந்தார் ஃபெரோஸ்.

'ஃபெரோஸ். உங்களை நான் காதலிக்கிறேன்'

சில வார்த்தைகள் மட்டும் தேனை சுமந்துகொண்டிருக்கின்றன என்பது சத்தியமான வாசகம். இந்திராவின் வார்த்தைகள் ஃபெரோஸை ஆகாயத்துக்கே அழைத்துச் சென்றன. முகம் முழுக்கப் புன்னகை. வாயிலிருந்து வார்த்தைகள் வெளியே வராமல் திகைத்து நின்றன. சட்டென்று இந்திராவின் கரங்களைப் பிடித்தார் ஃபெரோஸ்.

4. காகிதம் மூலம் காதல்

இந்திரா பற்றிய குழப்பம் தீர்ந்துவிட்டாலும் இந்திராவின் குடும்பத்தினர் பற்றிய குழப்பம் தீரவில்லை ஃபெரோஸுக்கு. அந்தஸ்து. அதிகாரம். வசதி வாய்ப்புகள். ஒப்பிட்டுப்பார்த்தால் இந்திராவின் குடும்பத்தினர் ஆகாயத்தில் இருந்தனர். உயர்ந்த அந்தஸ்து தங்களுடைய காதலுக்கு எதிராக அமைந்துவிட்டால்? திருமணத்துக்குப் பிறகு நேரு குடும்பத்து படாடோபத்தில் தான் காணாமல் போய்விட்டால்?

ஒருபக்கம் காதல். கூடுதலாகக் குழப்பம். இன்னொரு பக்கம் லண்டன் ஸ்கூல் ஆஃப் எக்கனாமிக்ஸில் படிப்பு. காதல் பொன்மொழிகளை மட்டும் உதிர்த்துக்கொண்டிராமல் புத்தகங்கள். அரசியல். கலை. இலக்கியம் என்று அகலமாக உரையாடினார்கள் இருவரும்.

இங்கிலாந்து வாழ் இந்திய மாணவர்கள் மத்தியில் இடதுசாரி சிந்தனைகள்மீது ஒருவித மோகம் நிலவிக் கொண்டிருந்தது. ஃபெரோஸ், இந்திரா இருவருக்கும் இடதுசாரி சிந்தனைகள் மீது ஈர்ப்பு இருந்தது. வார இறுதி நாட்களில் எல்லாம் இருவரும் ஜோடியாக இடதுசாரிப் பொதுக்கூட்டங்களில் கலந்துகொள்ளத் தொடங்கினர்.

விடுமுறை கிடைக்கும்போதெல்லாம் ஃபெரோஸுடன் கைகோத்தபடி ஊர் சுற்றினார் இந்திரா. சாலையோரங்களில் விற்கும் பலகாரங்களைக் கேட்டு அடம் பிடித்தார்.

வழக்கம்போல, ஃபெரோஸுடன் அளவளாவிவிட்டு அறைக்கு வந்த இந்திராவை வரவேற்றது லெட்டர்பாக்ஸில் சொருகப் பட்டிருந்த கடிதம். நேரு எழுதியிருந்தார்.

'கோடை விடுமுறைக்கு லண்டன் வருகிறேன்' சட்டென்று இந்திராவைப் பதற்றம் பற்றிக்கொண்டது. எங்கே தன்னுடைய காதல் தந்தைக்குத் தெரிந்துவிடுமோ என்று பதைபதைக்கத் தொடங்கினார். இனி தடுக்க முடியாது. நிதானமாக இரு என்று ஃபெரோஸ் தைரியம் கொடுத்தார். நேரு வந்தார். அவரோடு சேர்ந்து சுற்றுப்பயணத்தில் ஈடுபட்டார் இந்திரா.

திடீரென இந்திராவுக்கு ஜலதோஷம். நேரு பயந்துவிட்டார். காசநோயாக இருக்குமோ? அவசரம் அவசரமாக மருத்துவர் களிடம் அழைத்துச் சென்றார். சோதனை செய்து பார்த்ததில் ப்ளூரஸி என்ற நோய் தாக்கியிருந்தது கண்டுபிடிக்கப்பட்டது. எது நடக்கக் கூடாது என்று நேரு பயந்தாரோ அதுவே நடந்திருந்தது. கமலாவைத் தாக்கிய அதே நோய். நேருவுக்குப் பதற்றம் அதிகரித்துவிட்டது.

ஃப்ளூரஸி வேலையைக் காட்டத் தொடங்கியது. இந்திராவின் உடல்எடை மின்னல் வேகத்தில் குறைய ஆரம்பித்தது. நாளுக்கு நாள் மெலிந்துகொண்டே வந்தார்.

லண்டனின் மிடில்செக்ஸ் நகரில் இருக்கும் மருத்துவமனையில் அளிக்கப்பட்ட சிகிச்சை உயர்தரமானதுதான் என்றாலும், நேருவுக்கு அதில் அத்தனை திருப்தியில்லை. இனியும் இங்கு தங்கியிருக்கவேண்டாம், இந்தியா சென்றுவிடலாம் என்று முடிவு செய்தார் நேரு.

இந்திராவுக்கோ துளியும் இஷ்டமில்லை. ஃபெரோஸை விட்டுப்பிரிந்து செல்வதை நினைத்துக்கூடப் பார்க்க முடிய வில்லை. ஆனால் விஷயத்தை எப்படி தந்தையிடம் சொல்வது? ஒன்று செய்யலாம். படிப்பைக் காரணமாகச் சொன்னால்?

அப்பா எதிர்பேச்சு பேச வாய்ப்பில்லை. கல்வி, கேடயமாக உருமாறியது.

'படிப்பைவிட உடல் முக்கியம் இந்து.'

நேருவின் பதில் கேடயத்தைப் பலனற்றதாக மாற்றியது.

●

இமயமலையில் இருக்கும் ஓய்வுத்தலம் ஒன்றில் தங்கியிருந்தார் இந்திரா. லண்டனுக்கும் இமயமலைக்கும் இடையே கடிதப் போக்குவரத்து நடக்கத் தொடங்கியது. காதல் செய்த மந்திரமா என்று தெரியவில்லை. இந்திராவின் உடல்நிலை இப்போது முன்னேற்றப்பாதையில். ஓரளவுக்கு உடல்நிலை சரியாகி விட்டால் எப்பாடு பட்டாவது லண்டனுக்குப் புறப்பட வேண்டும். இதுதான் இந்திராவின் முடிவு. அதன்படியே நேருவிடம் சென்று விஷயத்தைச் சொன்னார். இப்போது நேருவுக்கு இந்திராவின் மீது நம்பிக்கை வந்திருந்தது. இந்திரா மீது என்றால் இந்திராவின் உடல்நிலை மீது. நேருவின் பரிபூரண சம்மதத்தோடு லண்டன் புறப்பட்டார் இந்திரா. லண்டனில் இறங்கி ஃபெரோஸின் முகத்தைப் பார்த்தபிறகுதான் இந்திரா சகஜ நிலைமைக்குத் திரும்பினார்.

லண்டன் திரும்பிய பிறகு அவ்வப்போது இந்திராவுக்கு உடல்நிலை சரியில்லாமல் போனது, இந்திராவுக்கு உதவியாக ஃபெரோஸ் இருந்தது எல்லாமே அவர்களுடைய காதலுக்கு உரம் போட்டுக்கொண்டிருந்தன. வெறுமனே காதலிப்பதால் மட்டுமே சந்தோஷமாக இருந்துவிட முடியுமா? அதுவா வெற்றி? இருவரும் தங்களுடைய காதல் விவகாரத்துக்கு அங்கீகாரம் பெற விரும்பினர்.

1939 மே மாதம். நேருவுக்கு இந்திராவிடம் இருந்து சில கடிதங்கள் வரிசையாக வரத் தொடங்கின. வழக்கத்தைவிட வித்தியாசமாக இருந்தன அந்தக் கடிதங்கள். சில புகைப்படங் களையும் கடிதத்துடன் இணைத்து அனுப்பியிருந்தார்.

அவற்றைப் பிரித்துப் பார்த்ததும் நேருவின் புருவங்கள் அனிச்சையாக உயர்ந்தன.

புகைப்படங்களில் இந்திராவும் ஃபெரோஸும் ஜோடியாகச் சிரித்துக் கொண்டிருந்தனர். கூடுதலாகச் சில தனிப்படங்கள். ஏதோ நடந்துகொண்டிருக்கிறது என்பதைப் புரிந்துகொண்டார் நேரு. ஆனால், தன்னுடைய உணர்வை பதில் கடிதங்களில் எதிரொலிக்கவில்லை. இந்திராவின் கடிதங்கள் சென்ற சில நாட்களில் ஃபெரோஸ் சில புகைப்படங்களை நேருவுக்கு அனுப்பிவைத்தார். 'எல்லாமே என்னுடைய புதிய கேமராவால் நான் எடுத்தவை' ஃபெரோஸ் எழுதியிருந்த குறிப்பைப் படித்த நேரு, ஃபெரோஸுக்குக் கடிதம் ஒன்றை எழுதினார். 'புகைப்படங்கள் அருமை. அவை தங்களால் எடுக்கப்பட்டிருந் தால் என்னுடைய வாழ்த்துகள்'

கடிதத்தைக் கொண்டுவந்து இந்திராவிடம் காட்டினார் ஃபெரோஸ். அதைப் பார்த்தும் அர்த்த புஷ்டியோடு பரஸ்பரம் புன்னகை செய்துகொண்டனர். இந்நிலையில் திடீரென இந்திராவின் உடல்நிலை பாதிக்கப்பட்டது. ஸ்விட்சர்லாந்தில் இருக்கும் மருத்துவமனை ஒன்றில் அனுமதிக்கவேண்டும் என்று மருத்துவர்கள் ஆலோசனை வழங்கினர். அதற்கான முயற்சிகள் நடந்துகொண்டிருந்தன. முக்கியமாக, காந்தியின் நண்பர் அகதா ஹாரிஸன் நிறையவே மெனக்கெட்டார்.

ஆனால் ஃபெரோஸால், இந்திராவுடன் செல்லமுடியவில்லை. இது ஃபெரோஸை வருத்தத்தில் தள்ளியிருந்தது. 'கமலாவை தான் பாதுகாத்ததுபோல, இந்திராவை ஒழுங்காகப் பார்த்துக் கொள்வார்களா?' என்பதுதான் அவருடைய வருத்தத்துக்குக் காரணம்.

சிகிச்சைகள் தொடர்ந்து தரப்பட்டன. உடல்நிலை மெல்ல மெல்ல முன்னேறினாலும்கூட, முழுவதுமாகக் குணமடைய வில்லை. படுக்கையில் இருந்த இந்திராவைக் கலவரமடையச் செய்தது அந்தச் செய்தி, 'நேருவுக்கு நான்காண்டு சிறைத் தண்டனை விதிக்கப்பட்டுள்ளது' விஷயம் கேள்விப்பட்ட நொடியில் இருந்து இந்திராவுக்கு இந்தியா செல்ல வேண்டும் என்பது மட்டும்தான் ஒரே சிந்தனை.

உடனடியாகக் களத்தில் குதித்தார் அகதா ஹாரிஸன். இந்திரா வின் நண்பர். தெரிந்த நபர்கள் ஒருவர் விடாமல் அணுகினார்.

அகதாவின் விடா முயற்சிக்குப் பலன் கிடைத்தது. 1940 நவம்பர் மாதம் எக்ஸிட் பர்மிட் என்ற வெளியேறுவதற்கான அனுமதி மற்றும் விசா ஆகியன கிடைத்தன.

•

1941 புத்தாண்டு தினம். பிரிஸ்டால் நகரில் இந்திராவுக்காகக் காத்துக்கொண்டிருந்தார் ஃபெரோஸ். கிட்டத்தட்ட ஒருவருட காலமாக இருவரும் ஒருவரையொருவர் பார்க்கவில்லை. வந்திறங்கிய இந்திராவை அழைத்துக்கொண்டு லண்டன் ரயிலில் ஏறினார் ஃபெரோஸ். சில நாட்கள் லண்டன் வாசம். காதலர்கள் இருவரும் லண்டனில் சில நாட்கள் தங்கி, காதலைப் புதுப்பித்துக்கொண்டனர்.

'சரி, எப்படி இந்தியா புறப்படுவது?' இந்திரா கேட்டதும் சில நொடிகள் யோசித்த ஃபெரோஸ், 'கடல் மார்க்கத்தைத் தவிர தற்போது வேறு வாய்ப்பு இருப்பதாகத் தெரியவில்லை' என்றார். இரண்டாம் உலக யுத்தம் உச்சக்கட்டத்தில் இருந்தது. ஏராளமான கப்பல்கள் மூழ்கடிக்கப்பட்டுக் கொண்டிருந்தன. தென்னாப்பிரிக்கா மற்றும் நன்னம்பிக்கை முனை வழியாக இந்தியாவுக்குச் செல்வது மட்டும்தான் சாத்தியமாக இருந்த ஒரே வழி. அதைத்தான் ஃபெரோஸும் தேர்வு செய்திருந்தார்.

பயணத்துக்காகத் துணிமணிகளை எடுத்துவைத்துக் கொண்டிருந் தார் ஃபெரோஸ். அவருடைய கரங்களை மெதுவாக ஒரு கரம் பற்றியது. இந்திரா. அதிகம் தயங்காமல் பளிச்சென்று கேட்டார் இந்திரா.

'நாம் ஏன் திருமணம் செய்துகொண்டு இந்தியா புறப்படக் கூடாது?'

தூக்கிவாரிப் போட்டது ஃபெரோஸுக்கு.

'இந்து... என்ன பேசுகிறாய்? அதற்கெல்லாம் வாய்ப்பே இல்லை.'

'ஏன் இல்லை?'

'நேருவின் சம்மதம் இல்லாமல் நம்முடைய திருமணம் சாத்திய மில்லை. ஒருவேளை அது நடந்தால், 'லண்டனில் தனியாக இருந்த இந்திராவை ஃபெரோஸ் மயக்கி, ஏமாற்றித் திருமணம்

செய்துகொண்டான்' என்ற விமரிசனம் எழும். அதனை நான் விரும்பவில்லை.'

மார்ச் 10, 1941. கப்பல் ஏறினார்கள். இந்திராவுக்குத் தனி அறை கிடைத்தது. கப்பலில் பயணம் செய்தவர்களில் பெரும்பாலும் வெள்ளையர்களாகவே இருந்தனர். அவர்கள் இந்தியர்களையும் கறுப்பின மக்களையும் ஏளனமாகப் பேசிப் பொழுது போக்கிக்கொண்டு வந்தனர்.

அவர்களுக்குச் சுடச்சுட பதில் கொடுக்கும் காரியத்தில் ஃபெரோஸும் இந்திராவும் பகல் முழுக்க ஈடுபடுவார்கள். இருட்டிவிட்டால், கப்பல் அதிகாரிகள் எல்லா விளக்குகளையும் அணைத்துவிடுவார்கள். போர்க்காலம் என்பதால் குண்டுமழையில் கப்பலுக்கு எந்த ஆபத்தும் ஏற்படாமல் இருப்பதற்காக இந்த ஏற்பாடு. இரவு நேரங்களில் ஃபெரோஸும் இந்திராவும் கப்பலின் மேல் தளத்தில் அமர்ந்து பேசிக்கொண்டே பொழுதைக் கழிப்பார்கள்.

கப்பல் தென்னாப்பிரிக்காவில் சில நாட்கள் நிறுத்திவைக்கப் பட்டிருந்தது. இருவரும் கேப் டவுன் நகரைச் சுற்றிப்பார்த்தனர். கப்பல் நிறுத்தப்பட்டிருந்த ஒருவார காலமும் தென்னாப்பிரிக்க இந்தியர்களைச் சந்திப்பதிலேயே கவனம் செலுத்தினர் இருவரும்.

பிறகு புறப்பட்ட கப்பல், 1941 ஏப்ரல் 16 அன்று பம்பாய் துறைமுகத்தை வந்தடைந்தது.

●

நேஷனல் ஹெரால்டு பத்திரிகை. லக்னோவில் இருந்து வெளியாகும் இந்த ஆங்கிலப் பத்திரிகையில் இந்திராவின் பேட்டி வெளியாகியிருந்தது. இந்திராவின் வருகை நேஷனல் ஹெரால்டு தவிர, பல பிராந்திய ஆங்கிலப் பத்திரிகைகளிலும் வெளியானது. எல்லாவற்றையும் நேரு சிறையில் இருந்தபடியே பார்த்தார். படித்தார்.

'இனியும் காத்திருப்பது தவறு. காலம் தாழ்த்துவதில் அர்த்தமில்லை. என்ன ஆனாலும் சரி, தன்னுடைய காதல் விவகாரத்தை அப்பாவிடம் சொல்லிவிடுவது.. அதன்பிறகு வருவதைப் பார்த்துக்கொள்ளலாம்'

முடிவு செய்துவிட்டார் இந்திரா. டேராடூன் சிறையில் சந்திப்புக்கு ஏற்பாடு செய்யப்பட்டது. வார்டர் ஒருவர் உடனிருக்க தந்தையும் மகளும் பரஸ்பரம் நலம் விசாரித்துக்கொண்டனர்.

'அப்பா, ஒரு முக்கியமான விஷயத்தைத் தெரிவிக்கவே இங்கு வந்தேன்.'

'தெரிவிக்கவே' என்ற வார்த்தை நேருவை சந்தேகம் கொள்ள வைத்தது.

'சொல் இந்து.'

'ஃபெரோஸைத் திருமணம் செய்துகொள்ள விரும்புகிறேன்.'

நெற்றியைச் சுருக்கினார் நேரு. கோபம். அது வார்த்தைகளில் வெளிப்படாமல் பார்த்துக்கொண்டார். அடுத்தடுத்த சந்தர்ப்பங்களில் தன் நிலையை விளக்கினார். ஃபெரோஸின் குடும்பம். அந்தஸ்து. பாரம்பரியம். கலாசாரம் போன்ற விஷயங்கள் எதுவும் தன்னுடைய குடும்பத்துக்குப் பொருத்தமாக இல்லை என்பதைத் தெரியப்படுத்தினார்.

இறுதியாக, ஃபெரோஸின் தொழில் குறித்து தன்னுடைய அதிருப்தியை வெளியிட்டார் நேரு. அப்படித்தான் இந்திராவை வழிக்குக் கொண்டுவரமுடியும் என்று உறுதியாக நம்பினார் நேரு. காரணம், ஃபெரோஸ் அப்போது எந்தத் தொழிலையும் பார்க்கவில்லை. ஆனால் அதையும் இந்திரா பெரிய விஷயமாக நினைக்கவில்லை. நிலைகுலைந்து போயிருந்தார் நேரு.

நேருவுக்கு இந்திராவின் உடல்நிலை குறித்த சந்தேகங்கள் எழத் தொடங்கின. அடிக்கடி நோயால் பீடிக்கப்பட்டு விடுகிறாளே, அவளுடைய உடல், குடும்ப வாழ்க்கைக்கு ஏற்றதாக இருக்குமா? குழந்தை பெற்றுக்கொள்ளும் அளவுக்கு அவளுடைய உடல்நிலை பலமாக இருக்கிறதா? என்பன போன்ற சந்தேகங்கள் நேருவின் தூக்கத்தைக் கெடுத்தன.

சில மாதங்கள் கழித்து இந்திரா, நேருவுக்குக் கடிதம் ஒன்றை எழுதினார்.

'எல்லோருக்கும் முடிவெடுக்க வேண்டிய சூழல் வாழ்க்கையின் ஒவ்வொரு காலகட்டத்திலும் வரத்தான் செய்யும். தவிர்க்கவே முடியாது. ஆனால் அப்படி முடிவெடுக்கும் சமயத்தில்,

தெளிவான மனநிலையுடன் எடுக்க வேண்டியது அவசியம். அப்படி எடுக்கும் முடிவின் வெற்றி தோல்வி என்பதை காலம்தான் தீர்மானிக்கிறது. இப்போது நான் முடிவெடுக்க வேண்டிய கட்டாயத்தில் இருக்கிறேன். அதை எடுக்கக்கூடிய அளவுக்கு என்னுடைய மனம் தெளிவாக இருக்கிறது. என் வாழ்க்கையில் என்னுடைய திருமண முடிவை நான் மட்டுமே எடுப்பேன். இதில் எந்த மாற்றமும் இல்லை. கைக்குக் கிடைத்தது வாய்க்குக் கிட்டவில்லை என்று புலம்புவதில் எனக்குத் துளியும் விருப்பமில்லை.'

இனி எதுவும் தன்னுடைய கையில் இல்லை என்பது நேருவுக்குத் துல்லியமாகப் புரிந்துவிட்டது. ஆனாலும் முயற்சியைக் கைவிட விரும்பவில்லை. இறுதி ஆயுதமாக காந்தியையும் தன்னுடைய குடும்பத்தினரையும் பயன்படுத்த முடிவு செய்து, இந்திராவை அழைத்துப் பேசினார்.

'இந்து, உன்னுடைய திருமணத்துக்கு என்னுடைய அனுமதியைக் காட்டிலும் காந்தியின் அனுமதி அவசியமானது. நம்முடைய குடும்பத்தினரின் ஆசீர்வாதமும் அவசியம். ஆகவே, உன்னுடைய முடிவை எல்லோரிடமும் சென்று சொல்லி அவர்களைச் சமாதானப்படுத்து. பிறகு மற்ற விஷயங்களைப் பார்த்துக் கொள்ளலாம்.'

ம், நேரு ஏதோ ஒரு திட்டத்தை மனத்தில் வைத்துக்கொண்டே இந்த முடிவை எடுத்திருக்கிறார் என்பதை அவர் புரிந்து கொண்டிருந்தார். ஆக, காந்தியின் சம்மதம் முக்கியம். பெற்றுவிட்டால் போயிற்று.

காந்தி இந்திராவிடம் பேசினார்.

'பாலின ஈர்ப்பு மாத்திரமே திருமணத்தை நிர்ணயம் செய்துவிடக் கூடாது இந்து.'

காந்தியின் அக்னி வார்த்தைகள் இந்திராவை பதைக்கச் செய்தன.

'எங்களுடைய காதல் பாலினம், பாலியல் உறவு என்பதை யெல்லாம் தாண்டிய விஷயம் பாபுஜி.'

'நல்லது இந்து. அப்படியென்றால் திருமணத்துக்குப் பிறகு குறிப்பிட்ட காலம் வரை பிரம்மச்சரியத்தைக் கடைப்பிடிக்க

முடியுமா? சாத்தியம் என்றால் உங்களுடைய திருமணத்தில் எனக்கு எவ்வித ஆட்சேபணையுமில்லை'

ஆத்திரத்தில் இந்திராவின் முகம் சிவந்தது. காந்தியின் வார்த்தை களை இந்திரா துளியும் ரசிக்கவில்லை.

'எங்களைத் திருமணம் செய்துகொள்ள வேண்டாம் என்று சொல்லுங்கள். அதை உங்களுடைய அறிவுரை என்று எடுத்துக் கொள்கிறேன். ஆனால் திருமணத்துக்குப் பிறகு எப்படி வாழ வேண்டும் என்று சொல்வது எல்லைமீறிய விஷயம். அறிவார்ந்த செயலாக இருக்காது'

'சரி இந்து. ஃபெரோஸிடம் நான் சில வார்த்தைகள் பேச வேண்டியிருக்கிறது. வரச் சொல்கிறாயா?'

'ஓ, தாராளமாக. ஆனால் என்னுடைய முடிவு என்ன என்பதை நன்றாகவே புரிந்து கொண்டிருப்பீர்கள். அது போதும் எனக்கு.'

ஃபெரோஸிடம் பேசினார் காந்தி.

'வா ஃபெரோஸ். உன்னைப்பற்றி எனக்கு நன்றாகவே தெரியும். இந்துவிடம் பல விஷயங்கள் பற்றிப் பேசினேன். உன்னிடம் நான் எதிர்பார்ப்பது ஒரேயொரு விஷயம்தான்'

'சொல்லுங்கள் பாபுஜி. காத்திருக்கிறேன்.'

'நீயும் இந்துவும் திருமணம் செய்துகொள்வதில் எனக்குச் சம்மதம். ஆனால் நேருவின் சம்மதம் இல்லாமல் இந்தத் திருமணம் நடக்கக் கூடாது. அதற்கு நீ உத்தரவாதம் கொடுக்க வேண்டும்'

'அதுவே என்னுடைய விருப்பமும்கூட.'

●

காந்தியின் சம்மதம் கிடைத்துவிட்டது. அதே உற்சாகத்தோடு தன்னுடைய உறவினர்களின் சம்மதத்தைப் பெறும் முயற்சியில் இந்திரா ஈடுபட்டார். முதலில் சிறிய அத்தை கிருஷ்ணாவைச் சந்தித்தார்.

'கொஞ்சம் பொறுத்தால் காஷ்மீர் இந்துப் பையனைப் பார்த்துக் கொள்ளலாமே?' என்று கேட்டார் கிருஷ்ணா.

‘நீங்கள் மட்டும் பத்து நாள் பழகியவரை மணந்து கொள்வீர்கள். பத்தாண்டுகள் பழகியவரை நான் திருமணம் செய்துகொள்ளக் கூடாதா?’ எதிர்கேள்வி கேட்டார் இந்திரா.

வாயைக் கொடுத்து மாட்டிக்கொண்டோமே என்று நினைத்த கிருஷ்ணா, இந்திராவின் திருமணத்துக்குத் தலையசைத்தார். அடுத்ததாக, விஜயலட்சுமி.

‘ஃபெரோஸைக் காதலித்ததில் தவறு இல்லை. அதற்காகத் திருமணத்துக்கும் அவரையே தேர்வு செய்யவேண்டுமா என்ன? நல்ல காஷ்மீர் இந்து மாப்பிள்ளையைப் பார்த்துத்தரட்டுமா?’ என்று கேட்டார்.

தன்னுடைய ஆலோசனையை இந்திரா துளியும் ரசிக்கவில்லை என்பது விஜயலட்சுமிக்குப் புரிந்தது.

‘அதனால் என்ன? ஃபெரோஸும் நல்ல பையன் தானே... திருமணம் செய்துகொள்’

ஃபெரோஸ் - இந்திரா திருமணத்துக்கான அனைத்துத் தடைகளும் இப்போது தவிடுபொடியாகி இருந்தன. திருமணம் மட்டும்தான் பாக்கி.

5. விரிசலின் தொடக்கம்

மார்ச் 26, 1942. ஆனந்த பவனிலேயே திருமணத்தை வைத்துக்கொள்ள முடிவு செய்திருந்தார் நேரு. காலை ஒன்பது மணி இருக்கும். மணமகனும் மணமகளும் அவரவர் அறைகளில் இருந்து வெளியே வந்தனர். கதரால் நெய்யப்பட்ட ஷெர்வானி. கழுத்தில் ஒரு மாலை. அவ்வளவுதான் மாப்பிள்ளை அலங்காரம். மணப்பெண் இந்திரா ரோஜா நிறம் கொண்ட கதர் புடைவையை அணிந்துவந்தார். நேரு சிறையில் இருந்தபடியே நூற்ற நூலால் தயாரிக்கப்பட்டிருந்த புடைவை அது. கைகளில் கண்ணாடி வளையல்கள்.

திருமணத்தில் கலந்துகொள்வதற்காக ஏராளமான தலைவர்கள் வந்திருந்தனர். லால் பகதூர் சாஸ்திரி, அபுல் கலாம் ஆசாத் என்று நிறையப் பேர். ஆனால் காந்தி வரவில்லை.

இந்தியா வந்திருந்த கிரிப்ஸ் குழுவைச் சந்திப்பதற்காக, டெல்லி சென்றிருந்தார் காந்தி. உறவினர்கள், தலைவர்கள், காங்கிரஸ் கட்சியின் தொண்டர்கள், பொதுமக்கள் வாழ்த்துக்கோஷம் எழுப்பினர்.

நேருவுக்கு அருகில் ஓர் காலி நாற்காலி, கமலாவின் நினைவாக. முதலில் நேருவுக்கு அருகில் அமர்ந்திருந்த இந்திரா, கன்னிகா தானத்துக்குப் பிறகு நெருப்பு குண்டத்தைத் தாண்டி எதிர்ப்புறம் சென்று ஃபெரோஸின் அருகில் அமர்ந்துகொண்டார்.

திருமணம் முடிந்துவிட்டதைக் குறிக்கும் வகையில் அந்த ஏற்பாடு. சுவையான அறுசுவை விருந்துக்கு ஏற்பாடாகி யிருந்தது. விழாவுக்கு வந்திருந்தவர்கள் நன்றாக உணவருந்தி விட்டு, ஃபெரோஸ் - இந்திரா ஜோடியை வாழ்த்திவிட்டுச் சென்றனர்.

இலக்கம் 5, ஃபோர்ட் ரோடு, லக்னோ. திருமணத்துக்குப் பிறகு ஃபெரோஸ் - இந்திரா தம்பதியின் முகவரி இதுதான். உற்சாக வாழ்க்கை ஆரம்பமானது, உறவினர் வீடுகளுக்கு விருந்துக்குச் சென்றனர். நண்பர்களோடு சேர்ந்து வெளியே சுற்றினர். பிறகு தேனிலவுக்காக காஷ்மீர் புறப்பட்டனர்.

காஷ்மீரில் புதுமணத் தம்பதிகள் தங்குவதற்கான ஏற்பாடுகளை நேருவின் நண்பரான ஷேக் அப்துல்லா செய்துகொடுத்தார். கிட்டத்தட்ட இரண்டு மாதங்கள் காஷ்மீரில் தங்கியிருந்த சமயத்தில், தொலைபேசி தொடர்பு இல்லை. வயர்லெஸ் இம்சை இல்லை. வெறும் கடிதப் பரிவர்த்தனைகள் மட்டுமே. உலகை மறந்து காஷ்மீரின் அழகை இருவரும் ரசித்தனர், வாழ்க்கையின் அழகையும் சேர்த்துத்தான்.

அலகாபாத்துக்குத் திரும்பிய தம்பதிக்கு, தொடக்கத்தில் எந்தவிதப் பணப்பிரச்னையும் இருக்கவில்லை. காரணம், திருமணத்துக்கு வந்திருந்த பணப்பரிசுகள். பிரச்னை என்று வந்தபோது, ஃபெரோஸ் பத்திரிகைகளுக்கு அரசியல் மற்றும் பொருளாதாரக் கட்டுரைகளை எழுதத் தொடங்கினார்.

சிறந்த படிப்பாளி. நல்ல ஆராய்ச்சியாளர். தேர்ந்த பத்திரிகை யாளர். அரசியல் - பொருளாதாரம் பற்றிய விவகாரங்களில் நுணுக்கமான பார்வையும் சிந்தனையும் கொண்டவர். ஆகவே அவருடைய கட்டுரைகளுக்கு முக்கிய பத்திரிகைகள்

அனைத்துமே அதிக முக்கியத்துவம் கொடுத்து வெளியிட்டன. நல்ல வருமானமும் கிடைத்தது.

சுதந்தரப் பத்திரிகையாளர் என்பதால் ஃபெரோஸால் ஒரே சமயத்தில் பல பத்திரிகைகளில் கட்டுரைகள் எழுத முடிந்தது.

●

ஆகஸ்டு *8, 1942*. பம்பாய் நகரில் அகில இந்திய காங்கிரஸ் கமிட்டி கூட்டம் கூட்டப்பட்டது. இதில் கலந்து கொள்வதற்காக ஃபெரோஸும் இந்திராவும் வந்திருந்தனர்.

'வெள்ளையனே வெளியேறு' என்ற சரித்திர முக்கியத்துவம் வாய்ந்த தீர்மானம் அப்போது நிறைவேற்றப்பட்டது.

கூட்டம் முடிந்ததும் தன்னுடைய சகோதரியின் வீட்டில் தங்கினார் நேரு. கூடவே, ஃபெரோஸும் இந்திராவும். சாப்பிட்டுக் கொண்டே பேசத்தொடங்கினார். மணி பத்து, பன்னிரண்டு என்று கடந்துகொண்டே போனது. பேச்சு நின்றபாடில்லை. சுவாரஸ்யமாக இருந்ததால் எவருக்கும் நேரம் கடந்து கொண்டிருப்பதே தெரியவில்லை. நள்ளிரவுக்குப் பிறகு எல்லோரும் தூங்கச் சென்றனர்.

அதிகாலை ஐந்து மணி இருக்கும் . வாசலில் லேசான சலசலப்பு. சத்தம் கேட்டு எழுந்த இந்திரா, ஜன்னலைத் திறந்து பார்த்தார். விறுவிறுவென நேரு படுத்திருந்த அறையை நோக்கி நடந்தார்.

'அப்பா.. அப்பா...'

நேருவிடம் இருந்து எந்தவித சலனமும் இல்லை. மீண்டும் அழைத்தாள். இந்தமுறை குரலில் கொஞ்சம் வேகம் கூடியிருந்தது. குரல் கேட்டு விழித்துப் பார்த்தார் நேரு.

'அப்பா, வாசலில் போலீஸ் வந்திருக்கிறது.'

நேருவின் முகத்தில் எந்தவித சலனமும் இல்லை. நிதானமாக எழுந்தார். நேராகக் குளியலறைக்குச் சென்று முகச்சவரம் செய்துகொண்டார். அப்பா தயாராகிவிட்டார். புரிந்துவிட்டது இந்திராவுக்கு. விறுவிறுவென நேருவின் பெட்டிக்குள் அவருடைய உடைகள் மற்றும் தேவையான பொருள்களை எல்லாம் எடுத்து வைத்தார்.

குளித்துமுடித்து வெளியே வந்த நேரு, மேஜையில் தயாராக இருந்த உணவைச் சாப்பிட்டார். பிறகு அறைக்குள் சென்றவர், தன்னுடைய லெட்டர் பேடில் கடிதம் ஒன்றை எழுதினார்.

'மரியாதைக்குரிய வங்கி மேலாளர் அவர்களுக்கு,

வணக்கம். என் பெயரில் இருக்கும் வங்கிக் கணக்குகள் அனைத்தையும் இந்த நொடியில் இருந்து என்னுடைய மகள் இந்திராவே கவனிப்பார். அவருக்கு ஒத்துழைப்பு கொடுக்குமாறு கேட்டுக்கொள்கிறேன். பணப் பட்டுவாடா தொடர்பான கடிதங்களை அவருக்கே அனுப்பிவிடுங்கள்.

நன்றி

ஜவாஹர்லால் நேரு.'

அறையில் இருந்து வெளியே வந்த நேருவிடம் கைதாணை கொடுக்கப்பட்டது. அதைப் படித்துப் பார்த்த பிறகு போலீஸாரின் வாகனத்தில் ஏறிக்கொண்டார் நேரு. கூடவே, அவருடைய சகோதரியின் கணவர் ராஜா ஹதிசிங்கும் ஏறிக் கொண்டார். அதன்பிறகு காங்கிரஸ் கட்சியின் பல முக்கியத் தலைவர்களைக் கைது செய்யும் நடவடிக்கையில் இறங்கியது காவல்துறை. முக்கியமாக ஃபெரோஸைப் பிடிக்க காவல்துறை முயற்சி மேற்கொண்டனர். ஆனால் அவர் எங்கிருக்கிறார் என்ற தகவல் தெரியவில்லை. தலைமறைவாகியிருந்தார் புது மாப்பிள்ளை.

இறுதியாக அவர்மீது பிடிவாரண்ட் பிறப்பிக்கப்பட்டது. ஆனாலும் போலீஸாரின் கண்களுக்குச் சிக்காமல் தப்பிக் கொண்டே வந்தார். முடிந்தவரை தலைமறைவாக நாட்களைக் கடத்தினார். ஒருகட்டத்தில் ஆங்கிலோ - இந்திய போலீஸ் ஒருவருடைய சீருடையை வாங்கி அணிந்துகொண்டு போலீஸ் வாகனத்திலேயே இயங்கத் தொடங்கினார். இது ஆபத்தான செயல் என்று அவருடைய நண்பர்கள் எச்சரித்தனர். மறைந்து மறைந்து சென்றவர் லக்னோவுக்குச் சென்றுவிட்டார்.

நேருவின் கைதுக்குப் பிறகு இந்திரா ஆனந்தபவனுக்கு வந்து தங்கினார். வீட்டை நிர்வகிப்பது இந்திராவுக்குப் புதிய சவாலாக இருந்தது. கூடுதல் பொறுப்பாகக் காவல்துறையிடம்

அகப்படாமல் இருக்க ஆனந்த பவனில் பதுங்கியிருந்த லால் பகதூர் சாஸ்திரியைக் கவனித்துக் கொள்ள வேண்டியிருந்தது. அவருக்குத் தேவையான உணவுகளைச் சமைத்துக் கொடுத் தார் இந்திரா. முக்கியமாக, அவர் மறைந்திருக்கும் தகவல் வெளியே கசியாமல் பார்த்துக் கொள்வதும் இந்திராவின் பொறுப்பு.

•

செப்டெம்பர் *11, 1942*. மாலை ஐந்து மணிக்கு அலகாபாத்தில் பொதுக்கூட்டம் ஒன்றுக்கு ஏற்பாடு செய்யப்பட்டது. இந்திரா கலந்துகொண்டு பேசுவார் என்று அறிவித்திருந்ததால் மக்கள் அதிக அளவில் குழுமியிருந்தனர். ஏற்பாடுகள் அனைத்தும் ரகசியமாகவே நடந்தன. ஆனாலும் காவல்துறைக்கு விஷயம் கசிந்துவிட்டது. சுறுசுறுப்படைந்தனர். நல்லது. இந்திரா பேசுகிறார் என்றால் கண்டிப்பாக ஃபெரோஸூம் வருவார். அங்குவைத்து ஃபெரோஸை எப்படியும் வளைத்து விடலாம்.

கூட்டம் தொடங்கியது. நினைத்ததைவிட அதிக அளவில் மக்கள் திரண்டிருந்தனர். இந்திரா பேசத் தொடங்குவதற்கு சில நொடி களுக்கு முன்னர் லாரி ஒன்று மேடைக்கு சில அடிகள் முன்பு வந்து நின்றது. லாரி முழுக்க போலீஸார். கைகளில் லத்திகளும் துப்பாக்கிகளும் தயாராக இருந்தன.

'காந்தியின் வழியில் சுதந்தரத்தை நோக்கி பீடுநடை போடு வோம். அடக்குமுறையைக் கண்டு அஞ்சாமல் போராடுவோம்.'

ஆவேசம் குறையாமல் பேசிக்கொண்டிருந்தார் இந்திரா. கூட்டத்துக்கு வந்திருந்தவர்கள் இந்திராவின் முகத்தையே வைத்தகண் மாற்றாமல் பார்த்துக்கொண்டிருந்தனர்.

'பேச்சை நிறுத்து.. இல்லாவிட்டால் சுட்டுத்தள்ளிவிடுவேன்.'

திடீரென்று வந்த மிரட்டல் குரலால் எல்லோருமே ஒருகணம் அதிர்ந்துவிட்டனர். காவலர் ஒருவர் துப்பாக்கியை இந்திராவை நோக்கிக் குறிவைத்திருந்தார். குரல் வந்த திசையை நோக்கி இந்திரா மெதுவாகத் திரும்பினாரே தவிர, பேச்சை நிறுத்த வில்லை.

ஆத்திரமடைந்த அந்தக் காவலர் இரண்டு அடிகள் முன்னால் நகர, சட்டென்று அவருடைய கரங்களையும் துப்பாக்கியையும் பற்றியது ஒரு கரம்.

'ஆ, ஃபெரோஸ்.. இங்கு எப்படி வந்தீர்கள்?'

அடுத்த நொடி ஃபெரோஸை சுற்றிவளைத்தனர் காவலர்கள். இந்திராவையும் கைது செய்தனர்.

பெண்களுக்கான சிறையில் நான்கைந்து பேருடன் அடைக்கப் பட்டார் இந்திரா. ஃபெரோஸ் இன்னொரு சிறைக்கு அழைத்துச் செல்லப்பட்டார். முதலில் பதற்றமாக இருந்தாலும் இந்திரா வுக்கு இப்போது பெருமிதமாக இருந்தது. கனவு நிறைவேறி விட்டது சுதந்தரப் போராட்டத்தில் ஈடுபட்டு சிறை செல்ல வேண்டும் என்ற நீண்டநாள் கனவு. நிறைவேறிய சந்தோஷம் இந்திராவின் முகத்தில் அப்பட்டமாகத் தெரிந்தது. ஏற்கெனவே அந்தச் சிறையில் அடைபட்டிருந்த அத்தை விஜயலட்சுமியுடன் இணைந்துகொண்டார் இந்திரா. சுமார் எட்டு மாத கால சிறைவாசம்.

மே *13, 1943*. சிறையில் இருந்து விடுதலை செய்யப்பட்டார் இந்திரா. ஃபைஸாபாத் சிறையில் அடைக்கப்பட்டிருந்த ஃபெரோஸை நேரில் சென்று சந்தித்தார். உருக்கமான சந்திப்பு. கண்ணீர் மல்க இருவரும் சில நிமிடங்கள் பேசிக் கொண்டிருந் தனர். மனமில்லாமல் விடைபெற்றுப் புறப்பட்ட இந்திரா, நேருவைச் சென்று சந்தித்து உடல்நலம் விசாரித்தார்.

என்னதான் அத்தையுடன் சிறையில் ஒன்றாக இருந்தாலும்கூட வீடு என்று வந்தவுடன் அத்தனை நெருக்கமாக இருக்கமுடிய வில்லை. இந்திராவுக்கும் விஜயலட்சுமிக்கும் இடையே ஈகோ யுத்தம் உச்சகட்டத்தை அடைந்தது. விஜயலட்சுமி ஆனந்த பவனில் இருந்து வெளியேறினார். சிறையில் இருந்த நேருவால் குடும்பப் பிரிவை தடுத்து நிறுத்தமுடியவில்லை. இதனால் ஆனந்தபவனின் நிர்வாகம் இந்திராவின் முழுக் கட்டுப் பாட்டுக்குள் வந்தது.

சிறையில் இருந்து விடுதலையான ஃபெரோஸும் ஆனந்த பவனில் இந்திராவுடன் இணைந்து தங்கினார். இந்திரா கர்ப்பமானார்.

'அன்புள்ள இந்து,

விஷயம் கேள்விப்பட்டேன். மட்டற்ற மகிழ்ச்சி.
உன்னுடைய உடல் பலகீனமானது என்பது உனக்கும்
ஃபெரோஸுக்கும் நன்றாகவே தெரியும். எச்சரிக்கை
யுடன் இருங்கள். கூடுதல் கவனம் செலுத்துங்கள்.

ஆசீர்வாதங்களுடன்
ஜவாஹர்லால் நேரு'

ஆகஸ்டு 20, 1944. அதிகாலை மூன்று மணிக்கே இடுப்புவலி
ஆரம்பித்துவிட்டது. சரியாகக் காலை மணி 8.22க்கு ஆண்
குழந்தை பிறந்தது.

•

சிறையில் இருந்த நேரு, தன்னுடைய பேரப்பிள்ளைக்கு என்ன
பெயர் வைக்கலாம் என்பது குறித்து தீவிர சிந்தனையில்
மூழ்கியிருந்தார். பெயர் வைக்கும் விவகாரத்தில் ஆளுக்கொரு
ஆலோசனை சொன்னார்கள். நேருவும் தன்பங்குக்குச் சில பெயர்
களை சிபாரிசு செய்திருந்தார். இந்திராவும் சில பெயர்களை
மனத்துக்குள் வைத்திருந்தார்.

எல்லாவற்றையும் கேட்டுக்கொண்டார் இந்திரா. ஆனால்
ஒரேயொரு நபரிடம் மாத்திரம் யாரும் கேட்கவில்லை. அவரும்
சொல்லவில்லை. அவர், ஃபெரோஸ். இந்திராவுக்கும் ஃபெரோ
ஸுக்குமான இடைவெளி தொடங்கியது இந்தப் புள்ளியில்
இருந்துதான்.

விழா நடக்கும் தினத்தில் சொல்லப்பட்ட அத்தனை பெயர்
களுமே நேரு குடும்பத்துக்குத் தொடர்புடையனவாகவே
இருந்தன. ஃபெரோஸ் குடும்பத்துப் பெயரை வைக்க வேண்டும்
என்ற ஆர்வம் ஒருவருக்கும் இல்லை, இந்திரா உள்பட.
ஃபெரோஸுக்குச் சங்கடமாக இருந்தது.

பலத்த ஆலோசனைகளுக்குப் பிறகு நேருவின் விருப்பப்படியே
பெயர் வைக்கப்பட்டது. ராஜிவ் ரத்னா பிர்ஜிஸ் நேரு காந்தி.
ராஜிவ் ரத்னா என்றால் தாமரை ரத்தினம் என்று அர்த்தம்.
கமலாவின் நினைவாக. பிர்ஜிஸ் என்பது ஒரு பாரசீகச் சொல்.
நேரு என்பது நேருவின் பெயர். காந்தி என்பது ஃபெரோஸின்

குடும்பப் பெயர். காந்தி என்ற சொல் வந்துவிட்டாலும்கூட ஃபெரோஸுக்கு முழுதிருப்தி ஏற்படவில்லை. போனால் போகிறதென்று இறுதியாகச் சேர்த்திருப்பதாகவே நினைத்தார்.

குடும்பத்துக்குக் குழந்தை வேறு வந்துவிட்டதால் பணத்தேவை அதிகரிக்கத் தொடங்கியது. வருமானம் வேறு வெகுவாகக் குறைந்திருந்தது. அப்போதைய சம்பளம் வெறும் நூறு ரூபாய். காங்கிரஸ் கட்சித் தொண்டர்களுக்குச் சட்டரீதியான உதவி களைச் செய்வதற்காகக் கட்சி கொடுக்கும் சம்பளம். போதாக் குறைக்கு மனரீதியாக மிகவும் அதிருப்தியுடன் இருந்தார் ஃபெரோஸ். ஆனந்தபவனில் இருப்பவர்கள் தன்னை நேரில் பார்க்கும் சமயத்தில் மரியாதையாக நடந்துகொள்வதாகவும் முதுகுக்குப் பின்னால் வீட்டோடு மாப்பிள்ளை என்று ஏளனம் செய்வதாகவும் நினைத்தார்.

பணப் பிரச்னை ஏற்படும்போதெல்லாம், 'என்னுடைய வங்கிக் கணக்கில் இருந்து பணத்தை எடுத்து ஃபெரோஸுக்குக் கொடு' என்று சிறையில் இருந்தபடியே இந்திராவுக்கு நேரு எழுதிய கடிதம் ஃபெரோஸின் சுயமரியாதையை அசைத்துப் பார்த்து விட்டது.

எதற்காக வீட்டோடு மாப்பிள்ளையாக இருந்துகொண்டு, உங்கள் பணத்தில் உடல் வளர்க்கவேண்டும் என்று நினைத்தார் ஃபெரோஸ்.

இந்திராவுக்கும் ஃபெரோஸுக்கும் இடையே மெல்ல மெல்ல கருத்துவேறுபாடு ஏற்பட்டது. அடிக்கடி இதுவிஷயமாக விவாதம் செய்யத் தொடங்கினர். இந்திரா தன்னைப் புறக் கணிப்பதாக நினைத்த ஃபெரோஸ், மதுப் பழக்கத்துக்கு அடிமை யாகத் தொடங்கினார். கூடவே புகைப்பழக்கமும்.

•

1945 ஜூன் மாதம் சிறையிலிருந்து விடுதலை செய்யப்பட்டார் நேரு. பொதுத்தேர்தல் நடந்து முடிந்திருந்ததால் நேரு டெல்லியில் தங்கவேண்டிய சூழல். தனியே இருக்கும் தனக்கு உதவியாகத் தன்னுடைய மகள் இந்திரா இருந்தால் நன்றாக இருக்குமே என்று நினைத்தார் நேரு. உடனடியாகத் தன்னுடைய விருப்பத்தை இந்திரா மற்றும் ஃபெரோஸ் இருவருக்கும் தனித்தனியே கடிதம் எழுதித் தெரிவித்தார்.

டெல்லி புறப்பட்டார் இந்திரா. அந்த நிமிடத்திலிருந்து நேரு வின் அரசியல் விவகாரங்களைக் கவனிக்கத் தொடங்கினார். அரசு விவகாரம் தொடர்பான கடிதம் என்றாலும் சரி, கட்சி விஷயமாக இருந்தாலும் சரி, இந்திராவின் பார்வைக்கு வந்தபிறகே நேருவின் கவனத்துக்குச் சென்றன. அவ்வப்போது ஃபெரோஸ் டெல்லி வந்து தங்கினார். நேரம் கிடைக்கும் போதெல்லாம் இந்திராவும் லக்னோ சென்று கணவருடன் தங்கிவிட்டு வந்தார்.

செப்டெம்பர் 2, 1946. இந்தியாவுக்குச் சுதந்தரம் வழங்குவதற் கான முதல் கட்டப்பணியாக நேரு தலைமையில் இடைக்கால அரசு உருவாக்கப்பட்டு, அதிகார மாற்றம் அரங்கேறியது.

இப்போது இந்திராவின் வயிற்றில் இன்னொரு குழந்தை. ஃபெரோஸ் முகத்தில் அளவற்ற மகிழ்ச்சி. காரணம், புதிய பொறுப்பு கிடைத்திருந்தது.

சுதந்தரப் பத்திரிகையாளராகவும் கட்டுரையாளராகவும் மட்டுமே செயல்பட்டுவந்த ஃபெரோஸுக்கு ஆதரவாக, முக்கியமான முடிவு ஒன்றை எடுத்திருந்தார் நேரு.

தன்னால் தொடங்கப்பட்டு, ஆங்கிலேய அடக்குமுறை காரணமாக நிறுத்தப்பட்ட நேஷனல் ஹெரால்டு பத்திரிகைக்கு புதுரத்தம் பாய்ச்சினார். லக்னோவில் இருந்து வெளியான அந்தப் பத்திரிகையின் நிர்வாக இயக்குனராக நியமனம் செய்யப்பட்டார் ஃபெரோஸ்.

மாதச் சம்பளம் அறுநூறு ரூபாய். நிச்சயம் உழைப்புக்கான ஊதியம். அறிவுக்கான ஊதியம். ஆகவே, பொறுப்பை ஏற்றுக் கொள்வதில் ஃபெரோஸ் எந்தவித தயக்கத்தையும் காட்ட வில்லை. உற்சாகமாகப் பேனாவைப் பிடித்துக் கொண்டிருந்தார் ஃபெரோஸ். தீன்மூர்த்திபவனில் தந்தை நேருவுக்கு உதவியாக பேனாவைப் பிடித்துக்கொண்டிருந்தார் இந்திரா.

டிசம்பர் 14, 1946. காலை ஒன்பதரை மணிக்கு இந்திராவுக்கு இரண்டாவது குழந்தை பிறந்தது. அதுவும் ஆண்குழந்தை. சஞ்சய். சந்தோஷமாக இருந்தது தீன்மூர்த்தி பவன். ஒருவரைத் தவிர. அவர் ஃபெரோஸ். இந்தமுறையும் அவருடைய கருத்து கேட்கப்படவில்லை.

நேரு குடும்பம் என்ற கடலில் கரைந்து கொண்டிருக்கும் பெருங்காயமாக தான் மாறிக் கொண்டிருப்பதை ஃபெரோஸ் நன்றாகவே உணரத் தொடங்கினார். நினைக்க நினைக்க நெஞ்சு பாரமாகிக் கொண்டே போனது. எங்கே இந்திராவையும் குழந்தைகளையும் பிரிந்துவிடுவோமோ என்ற அச்சம் அவரை அலைக்கழிக்கத் தொடங்கியது.

பெயர் வைக்கும் நிகழ்ச்சி முடிந்ததும் உடனடியாக லக்னோ திரும்பினார் ஃபெரோஸ். தான் ஒதுக்கப்படுவதை உணர்ந்த ஃபெரோஸுக்கு மன உளைச்சல் அதிகரிக்கத் தொடங்கியது. கவனத்தைத் திசை திருப்ப நினைத்தவருக்குத் துணையாக போதைப்பொருள் வந்தது. கொஞ்சம் எல்லை மீறிப்பார்க் கலாமே என்று நினைத்தவருக்குச் சில பெண்களுடன் கூடா நட்பு ஏற்பட்டது.

அவரை வழிக்குக் கொண்டுவர நேரு பல முயற்சிகளை எடுத்தார். ஆனால் மாமனார் தன்னை ஒதுக்குவதாக நினைத்த தால், நேருவின் ஆலோசனைகளை அலட்சியம் செய்துவிட்டார். முக்கியமாக நேருவின் விருப்பமான நேஷனல் ஹெரால்டின் டெல்லி பதிப்பைக் கொண்டுவரும் முயற்சியில் ஃபெரோஸ் துளியும் ஆர்வம் காட்டவில்லை.

இது நேருவைக் காட்டிலும் அதிகமாக இந்திராவை அதிருப்தி யடையச் செய்திருந்தது. இதனால் இருவருக்கும் இடையேயான நெருக்கம் தளரத் தொடங்கியது. பெரும்பாலும் தந்தையுடன் டெல்லியில் வசிப்பதையே இந்திரா விரும்பினார்.

ஆனால் மனைவியும் குழந்தைகளும் தன்னுடன் லக்னோ விலேயே வசிக்கவேண்டும் என்பது ஃபெரோஸின் விருப்பம். ஃபெரோஸைப் பற்றி இந்திராவும் இந்திராவைப் பற்றி ஃபெரோஸும் எதிரெதிர் கோணங்களில் சிந்திக்கத் தொடங்கியிருந்தனர்.

6. காரியக் கமிட்டியில்...

ஆகஸ்டு 15, 1947. நள்ளிரவு. இந்தியாவுக்குச் சுதந்தரம் அளிக்கப்பட்டதைக் கொண்டாடும் வகையில் பிரமாண்டமான விருந்து ஏற்பாடு செய்யப்பட்டது. உபயம்: பிரதமர் ஜவாஹர்லால் நேரு. இங்கிலாந்துப் பிரதிநிதிகள். இந்தியாவின் மூத்த தலைவர்கள். முக்கியப் பிரமுகர்கள் எல்லோரும் அமர்ந்திருந்தனர். பிரதமர் நேருவுக்கு அருகில் இந்திரா. ஆனால் ஃபெரோஸ் எங்குமே தென்படவில்லை. சில நிமிடங்கள் கழித்து இந்திரா வின் கண்கள் அவரைத் தேடியபோது வேறொரு மூலையில் இறுகிய முகத்துடன் அமர்ந்து உண வருந்திக் கொண்டிருந்தார்.

தான் முற்றிலும் புறக்கணிக்கப்படுவதோடு வேண்டுமென்றே அவமானப்படுத்தப்படுவதாக உணர்ந்தார். வீட்டுக்கு வந்ததும் ஃபெரோஸைச் சமாதானப்படுத்தும் நடவடிக்கையில் இறங்கினார்

இந்திரா. எவ்வளவு பெரிய கோபமாக இருந்தாலும் சரி, இந்திரா ஆதரவாக வந்து அனுசரணையாகப் பேசினால் சுலபத்தில் சமாதானம் ஆகிவிடுவார் ஃபெரோஸ். இது இந்திராவுக்கு நன்றாகவே தெரியும்.

சமாதானம் ஆனார் ஃபெரோஸ். மீண்டும் இந்திராவுடனும் தங்கினார். குழந்தைகள் ராஜிவ் மற்றும் சஞ்சயுடன் விளையாடி, சிரித்து நேரம் செலவிட்டார். இப்போது இந்திரா மீண்டும் கர்ப்பவதி. துரதிருஷ்டவசமாகப் பாதியிலேயே கரு கலைந்து விட்டது. அதன்பிறகு தன்னுடைய இரண்டு குழந்தைகள் மற்றும் தந்தை நேருவுடன் தங்கத் தொடங்கினார் இந்திரா. வேறு வழியில்லாமல் ஃபெரோஸ் மாத்திரம் லக்னோவில் தங்கியிருந்தார்.

●

அறையில் அமர்ந்து தேநீர் அருந்திக் கொண்டிருந்தார் இந்திரா. தொலைபேசி அலறியது.

'காந்தியைச் சுட்டுக்கொன்றுவிட்டார்கள்.'

ரிசீவரை வைத்தபோது இந்திராவின் கைகள் நடுங்கின. விஷயம் கேள்விப்பட்ட ஃபெரோஸ் இந்திராவையும் அழைத்துக் கொண்டு காந்தியின் உடல் வைக்கப்பட்டிருந்த பிர்லா இல்லத் துக்கு வந்துசேர்ந்தார். காந்தியின் உடலைப் பார்த்துக் கண்ணீர் தளும்பியது இந்திராவுக்கு.

தலையை வருடியபடியே அவருக்கு ஆறுதல் சொல்லிக் கொண்டிருந்த ஃபெரோஸை ஆத்திரம் கொள்ளச் செய்தது அந்தக் காட்சி.

'ஹலோ, உங்களுக்கு அறிவில்லையா? காந்தியோட உடல் இருக்குற வீட்டுக்குள்ள செருப்புக் காலோட நுழைஞ்சிருக்கீங்க. அதோட ஃபோட்டோ வேற எடுக்கறீங்களே...'

ஃபெரோஸின் குரல் கணீரென்று வெளியே வந்தது. எல்லோருடைய கவனமும் ஃபெரோஸை நோக்கித் திரும்பின. வேக வேகமாக பத்திரிகையாளர் மார்கரெட் பார்கி வொயிட்டை நோக்கி ஓடினார் ஃபெரோஸ். மறுநொடி, கேமராவுக்குள் இருந்த புகைப்படச் சுருள்கள் ஃபெரோஸின் கைகளில். அந்தப்

பத்திரிகையாளரையும் அறையில் இருந்து வெளியேற்றினார். அந்தப் கேமராவில் இருந்த புகைப்படங்களே காந்தியின் இறுதியாத்திரைக்கான சாட்சியங்கள். அத்தனையும் அரை நொடியில் அழிக்கப்பட்டிருந்தன.

●

காந்தியை இழந்த சோகத்தில் இருந்த நேருவுக்கு ஆதரவாக அவருடனேயே இருக்கத் தொடங்கினார் இந்திரா. நேரு எங்கு சென்றாலும் அங்கே இந்திராவும் இருந்தார். உள்ளூர்ப் பொதுக்கூட்டம் என்றாலும் சரி, கட்சியின் கமிட்டிக்கூட்டம் என்றாலும் சரி, வெளிநாட்டுச் சுற்றுப்பயணமாக இருந்தாலும் சரி, எல்லா இடங்களிலுமே இந்திரா நீக்கமற நிறைந்திருந்தார். கண நேரம்கூட நேருவைவிட்டுப் பிரியவில்லை. இன்னொரு கோணத்தில் இருந்து பார்த்தால் இந்திரா, ஃபெரோஸை விட்டுக் கொஞ்சம் கொஞ்சமாக விலகத் தொடங்கியிருந்தார்.

●

1951-52. சுதந்தர இந்தியா தன்னுடைய முதல் பொதுத் தேர்தலுக்குத் தயாராகிக் கொண்டிருந்தது. நேருவின் மகள் என்பதாலா அல்லது இந்திராவின் மீது கொண்ட பாசத்தாலா என்று தெரியாது. தேர்தலில் கலந்துகொள்ளச் சொல்லி இந்திராவை வற்புறுத்தினார்கள் அனைவரும். வாய்ப்பே இல்லை என்று சொல்லிவிட்டார் இந்திரா.

அதற்கு இரண்டு காரணங்கள். ஒன்று, அவருடைய இரண்டு குழந்தைகளும் பள்ளிக்குச் சென்றுகொண்டிருந்தன. நாடாளுமன்ற உறுப்பினராகிவிட்டால் பிறகு குழந்தைகளை கவனிக்கமுடியாது. இரண்டாவது, ரேபரேலி தொகுதியில் ஃபெரோஸ் போட்டி யிட்டிருந்தார். நேருவும் தேர்தல் களத்தில் இருந்தார். ஆக, ஒரே குடும்பத்தில் இருந்து மூன்றாவதாக தானும் போட்டியிடுவது அத்தனை ஆரோக்யமான விஷயமாக இருக்காது என்று நினைத் தார் இந்திரா. போட்டியிடுவதற்குப் பதிலாக, இருவருக்கும் ஆதரவாகத் தேர்தல் பிரசாரத்தில் தன்னை ஈடுபடுத்திக் கொள்ளலாம் என்று முடிவுசெய்தார் இந்திரா.

ஃபெரோஸ் ஒரு தீர்வை முன்வைத்தார். 'ரேபரேலி தொகுதியை இரண்டாகப் பிரித்துக்கொள்வோம். ஒரு பகுதியை நான் பார்த்துக்கொள்கிறேன். இன்னொரு பகுதியை நீ கவனித்துக்

கொள்' தலையசைத்தார் இந்திரா. இருவரும் ஆளுக்கொரு திசையில் தேர்தல் பணிகளில் ஈடுபட்டனர். தன்னுடைய முழு உழைப்பையும் ரேபரேலியில் மாத்திரம் பயன்படுத்துவதில் இந்திராவுக்கு வருத்தம் இருந்தது. அதைக் களையும் விதமாக தந்தைக்கு ஆதரவாகவும் பிரசாரத்தில் ஈடுபட்டார் இந்திரா.

காலை எட்டு மணியில் இருந்து பிரசாரத்தைத் தொடங்கும் இந்திரா, வழிநெடுகப் பேசிக்கொண்டே செல்வார். குடிசைகளில் நுழைவார். சந்து பொந்துகளுக்குள் சர்வசாதாரணமாகச் செல்வார். ஏழைமக்களுடன் பழகுவார். குழந்தைகளைத் தூக்கிக் கொஞ்சுவார். அவருடைய ஒவ்வோர் அசைவுமே மக்களை வெகுவாகக் கவர்ந்தன.

கூட்டம் கூட்டமாக வந்து இந்திராவைப் பார்த்தனர். அவருடைய பேச்சைக் கேட்டு ஆர்ப்பரித்தனர். இந்திரா முன்வைக்கும் வாதங்கள், கொடுக்கும் வாக்குறுதிகள் எதையுமே மக்கள் பெரிய விஷயமாக எடுத்துக் கொள்ளவில்லை. நேருவின் மகள். அது போதாதா? கூட்டம் கூடுவது இந்திராவை வெகுவாக உற்சாகம் கொள்ள வைத்திருந்தது. உடல் அசதி எதையும் பொருட்படுத்த வில்லை. சளைக்காமல் பிரசாரத்தில் கலந்துகொண்டார். பிரசாரத்தை முடித்துக்கொண்டு வீட்டுக்குத் திரும்பும்போது மணி பதினொன்றைத் தொட்டிருக்கும்.

தேர்தல் முடிந்தது. மொத்தமுள்ள நாநூறு இடங்களில் 364 இடங்களை காங்கிரஸ் கட்சி கைப்பற்றியிருந்தது. ரேபரேலியில் இருந்து ஃபெரோஸ் நாடாளுமன்றத்துக்குத் தேர்வாகியிருந்தார். மீண்டும் பாரதப் பிரதமரானார் நேரு. தீன்மூர்த்தி பவனுக்கு வருபவர்கள் எல்லாம் இந்திராவுக்கு வாழ்த்துச் சொல்லிக் கொண்டே இருந்தனர். மூச்சுவிடுவதற்குக்கூட நேரம் இல்லை.

நாடாளுமன்ற உறுப்பினராகிவிட்டதால் லக்னோவில் இருந்து காலி செய்துவிட்டு, டெல்லிக்கு வந்துவிட்டார் ஃபெரோஸ். அவருக்கு அரசு வீட்டை ஒதுக்கியிருந்தபோதும் ஃபெரோஸ் தீன் மூர்த்தி பவனில்தான் தங்கினார். அவ்வப்போது தனக்கு ஒதுக்கப்பட்ட வீட்டுக்குச் செல்வார். நண்பர்களுடன் அரட்டையடிப்பார். ரேபரேலியில் இருந்து வருபவர்களை அங்கு வைத்து சந்திப்பதை வழக்கமாகக் கொண்டிருந்தார் ஃபெரோஸ். அதுவும்கூட எப்போதாவதுதான். பெரும்பாலும் தீன் மூர்த்திபவனிலேயே தங்கியிருந்தார்.

தீன் மூர்த்தி பவன் அனுதினமும் பரபரப்பாக இயங்கிக் கொண்டிருக்கும் இல்லம். விருந்தினர்கள், வெளிநாட்டுப் பிரதிநிதிகள், நண்பர்கள் என்று மனிதர்கள் அதிகம் புழங்கும் இடம். தீன் மூர்த்தி பவனுக்கு வருபவர்கள் எல்லோருமே பிரதமரின் மகள் என்பதற்காக இந்திராவை மாறி மாறி கவனிப்பதும் புகழ்வதும் ஃபெரோஸை மீண்டும் கவலை கொள்ளச் செய்தது. தான் வேண்டுமென்றே புறக்கணிக்கப் படுகிறோமோ என்று நினைத்து வருந்தத் தொடங்கினார்.

ஒருகட்டத்தில் இந்திராவிடம் யாரேனும் பேசினாலே தன்னைப் பற்றித் தவறாகப் பேசுகிறாரோ என்று நினைக்கத் தொடங்கி னார். இந்திராவின் மீதான கோபம் மெல்ல மெல்ல நேருவின் மீதும் பரவியது. இதற்கு அடிப்படையாக அமைந்தது சோவியத் யூனியனின் நிகோலாய் பல்கானின் மற்றும் நிகிதா குருசேவ் ஆகியோரின் இந்திய வருகை.

நேரு தலைமையில் கருத்தரங்கு ஒன்றுக்கு ஏற்பாடாகியிருந்தது. எல்லாப் பிரமுகர்களும் மேடையில் அமர்ந்திருந்தனர், இந்திரா உள்பட. சில நிமிடங்களில் அந்த அரங்குக்குள் ஃபெரோஸ் சில நாடாளுமன்ற உறுப்பினர்களுடன் நுழைய முற்பட்டார்.

'நில்லுங்கள். முன் அனுமதி பெற்றவர்கள் மட்டுமே அரங்குக் குள் நுழையலாம்.'

தான் யாரென்று தெரியாமல் தடுக்கிறார்கள் என்று நினைத்தவர், 'நான் எம்.பி' என்றார். அதைக் கண்டுகொள்ளாமல் மீண்டும் அனுமதி மறுத்தார் அந்தப் பாதுகாவலர். ஆத்திரத்தில் கண்கள் சிவந்தன ஃபெரோஸுக்கு.

'நான் இந்த விஷயத்தை சும்மா விடப்போவதில்லை.'

கர்ஜித்தபடியே வெளியேறினார் ஃபெரோஸ்.

சில நாட்களில் நாடாளுமன்றம் கூடியது. சொன்னபடியே ஃபெரோஸ் பிரச்னை எழுப்பினார். 'பாரதப் பிரதமர் கலந்து கொள்ளும் விழாவில் இந்திய நாடாளுமன்ற உறுப்பினர் கலந்து கொள்ள அனுமதி இல்லை. வாசலிலேயே தடுத்து நிறுத்தப் படுகிறார். இதுதான் நாடாளுமன்றத்துக்குப் பிரதமர் கொடுக்கும் மரியாதையா?'

நேருவுக்குத் தர்மசங்கடமாக இருந்தது. பதிலளிக்க முடியாமல் திணறினார்.

'மன்னிப்புக் கேட்டுக்கொள்கிறேன்.'

நேருவை நாடாளுமன்றத்தில் வைத்து பகிரங்க மன்னிப்புக் கேட்க வைத்த விவகாரம் இந்திராவை கடும் அதிருப்தியில் தள்ளியது. தன்னை அவமானப்படுத்தும் நேரு குடும்பத்தினரைத் தான் பழிவாங்கிவிட்டதாக நினைத்து ஆனந்தப்பட்டார் ஃபெரோஸ். ருசிகண்ட பூனையாக மாறி, அடுத்தடுத்து அவமானப்படுத்துவதற்குக் காத்திருந்தார்.

அகில இந்திய காங்கிரஸ் காரிய கமிட்டிக் கூட்டம் அது. மற்ற தலைவர்கள் எல்லோரும் பேசியபிறகு பேசத் தொடங்கினார் நேரு. என்ன பேசப்போகிறார் என்பதைத் தெரிந்துகொள்ள ஃபெரோஸ் மிகுந்த ஆர்வத்துடன் இருந்தார். ஏதும் தவறாகப் பேசினால் ஆட்சேபணை செய்து வாக்குவாதத்தில் ஈடுபடுவது என்பதுதான், ஃபெரோஸின் திட்டம். 'காங்கிரஸ் கட்சியின் முக்கியமான கூட்டங்களில் உறுப்பினர்கள் குடும்பத்தோடு வந்து கலந்துகொள்வதற்கு அனுமதி வழங்கப்படவில்லை. அவரவர் மாத்திரமே கலந்துகொள்ள வேண்டும். இந்த நடைமுறை எல்லா உறுப்பினர்களுக்கும் பொருந்தும்.'

'எல்லோருக்கும் பொருந்துமா? விதிவிலக்குகளும் இருக் கின்றனவா?'

குறுக்கிட்டார் ஃபெரோஸ். உடனே பேசுவதை நிறுத்திய நேரு, ஃபெரோஸ் என்ன பேசுகிறார் என்பதைக் கவனித்தார்.

'நான் என்னுடைய மனைவியை இந்தக்கூட்டத்துக்கு அழைத்து வரவில்லை. ஆனால்..' என்று நிறுத்தினார். அப்போது நேரு வுக்கு அருகில் அவருடைய செல்ல மகள் இந்திரா.

நேருவுக்கு மீண்டும் தர்மசங்கடத்தில் நெளியவேண்டிய சூழல்.

'மன்னிக்கவேண்டும். இதற்கு முன்னர் ஏதேனும் தவறு நடந்திருக்கலாம். அவை திருத்தப்படும்.'

மீண்டும் சந்தோஷத்தில் மிதந்தார் ஃபெரோஸ். நடக்கும் ஒவ்வொரு விஷயமும் இந்திராவை ஃபெரோஸிடம் இருந்து கொஞ்சம் கொஞ்சமாக விலக்கிக் கொண்டே சென்றது.

அப்போது நேருவுக்குப் பல பொறுப்புகள் இருந்தன. நாட்டின் பிரதமர். வெளியுறவுத் துறை அமைச்சர். திட்ட கமிஷன் தலைவர். காங்கிரஸ் தலைவர். நேரம் கிடைக்காமல் தடுமாறிக் கொண்டிருந்தார். முக்கியமாக வெளிநாடுகளுக்குச் சுற்றுப் பயணம் செல்லும்போது, நேருவைப் பத்திரமாகப் பாதுகாத்துக் கொள்ள நம்பிக்கையான உதவியாளர் தேவைப்படவே, இந்திரா முழுநேர உதவியாளராக மாறிப்போனார். அவர் எங்கு சென்றாலும் கூடவே இந்திராவும் பயணம் செய்யத் தொடங்கினார். இது ஃபெரோஸை மேன்மேலும் ஆத்திரப்படுத்தியது. தன் மனைவியை வேண்டுமென்றே நேரு பிரிப்பதாக நினைத்து ஆத்திரப்பட்டார். இதற்காக நேருவை எந்த வகையில் எல்லாம் சிரமம் கொடுக்கலாம் என்பது பற்றியே சிந்தித்துக் கொண்டிருந்தார்.

●

1955-ம் ஆண்டு. நாடாளுமன்றத்தில் ஃபெரோஸ் ஆற்றப் போகும் முதல் உரை. அதில் அவர் எடுத்துக்கொண்ட விவகாரம் காப்பீட்டுத் துறையில் நடைபெற்ற முறைகேடுகள். ராம் கிருஷ்ண டால்மியா என்ற பிரபல தொழிலதிபரின் நிர்வாகத்தில் இருந்த பாரத் இன்ஷ்யூரன்ஸ் கம்பெனியின் முறைகேடுகளை நாடாளுமன்றத்தில் வைத்து அம்பலப்படுத்தினார் ஃபெரோஸ். விவகாரம் வீரியமிக்கது என்பது தெரிந்ததும் உடனடியாக விசாரணை கமிஷன் அமைக்கப்பட்டது.

துரித கதியில் விசாரணை நடந்தது. விளைவு, டால்மியா குற்றம் செய்திருப்பது நிரூபிக்கப்பட்டது. வெற்றி. அற்புதமான வெற்றி. தன்னுடைய மாமனாருக்கு எதிராக. மனைவிக்கு எதிராக. தன்னுடைய குடும்பத்தைப் பிரிப்பவர்களுக்கு எதிராக. ஃபெரோஸின் இந்த முயற்சியால் காப்பீட்டுத் துறையில் அரசாங்கம் நுழைந்தது.

வெற்றி பெற்றது ஃபெரோஸ். ஆனாலும் இந்திராவால் அந்த வெற்றியைத் தாங்க முடியவில்லை. காரணம், ஃபெரோஸின் வெற்றி தன் தந்தைக்கு எதிராக என்பதால். ஃபெரோஸை மேன்மேலும் வெறுக்கத் தொடங்கினார் இந்திரா.

1956-ல் அகில இந்திய காங்கிரஸ் கட்சியின் காரிய கமிட்டி உறுப்பினராக இந்திராவைத் தேர்வு செய்வது என மூத்த

தலைவர்கள் முடிவு செய்தனர். முக்கியமாக, லால் பகதூர் சாஸ்திரி. கட்சிக்குள் அதிகாரம் வாய்ந்த பதவி. ஆகவே, அதனை நியமன முறையில் அடைவதில் இந்திராவுக்கு விருப்பமில்லை.

தேர்தல் அறிவிக்கப்பட்டது. உறுப்பினர்களின் ஏகபோக ஆதரவோடு காரிய கமிட்டி உறுப்பினராகத் தேர்வு செய்யப் பட்டார் இந்திரா. இதனையடுத்து தேர்தல் பிரசாரம், கட்சி வளர்ச்சிப் பணிகள் என்று தொடர்ந்து அரசியல் நடவடிக்கை களில் தன்னை ஈடுபடுத்திக்கொண்டார் இந்திரா. இதற்கு நேர்மாறாக ஃபெரோஸ் தாரகேஷ்வரி சின்ஹா, மஹ்முனா சுல்தானா, சுபத்ரா ஜோஷி என்று பல பெண்களுடன் வெளிப்படையாகப் பழக ஆரம்பித்தார்.

விஷயம் வெளியே கசிந்து அதன்மூலம் நேரு அவமானப்பட நேரிடுமே என்று ஃபெரோஸ் துளியும் கவலைப்படவில்லை. அந்தச் சமயத்தில் இப்படி ஒரு செய்தி. அல்லது வதந்தி.

'இந்திராவுக்கும் மத்தாயுக்கும் ரகசிய உறவு.'

7. மர்மம் நிறைந்த மத்தாய்

சுதந்தரம் கிடைப்பதற்கான வாய்ப்புகள் தெளி வாகத் தெரிந்த 1946-ம் ஆண்டு அது. நேருவுக்கு அரசியல் ரீதியாக நல்ல அனுபவம் வாய்ந்த, நிர்வாகத் திறன் வாய்ந்த, பிரச்னைகளை சுலபமாகச் சமாளிக்கக்கூடிய அளவுக்குத் தகுதிவாய்ந்த உதவியாளர் ஒருவர் தேவைப்பட்டார். அப்போது அறிமுகமானவர் எம். ஓ. மத்தாய். தன்னுடைய புத்திசாலித் தனத்தாலும் சமயோஜித சிந்தனை யாலும் நேருவின் மனத்துக்குள் மெல்ல மெல்ல ஊடுருவினார் மத்தாய்.

மத்தாயின் திறமைகளில் சாகசங்களில் மயங்கிய நேரு, அவருக்கு அதிக அதிகாரங்களைக் கொடுத் தார். கிடைத்த வாய்ப்புகளை எல்லாம் அற்புதமாகப் பயன்படுத்திய மத்தாய், நேருவின் அந்தரங்கக் காரியதரிசியாக அவதாரம் எடுத்தார்.

இந்திராவுக்கும் மத்தாயைப் பிடித்திருந்தது. காரணம், நேரு இந்திராவுடன் இருக்கும் சமயங்களில் எல்லாம் மத்தாய் புராணத்தையே அதிகம் பாடினார். இதனால் மத்தாய் மீது இந்திராவுக்கு நல்ல மதிப்பு ஏற்பட்டிருந்தது. நேரடியாக நேருவிடம் சொல்லத் தயங்கும் பல விஷயங்களையும் இந்திரா, மத்தாயின் மூலமாகவே கொண்டு சென்றார்.

அரசியல் விவகாரங்களில் இந்திரா அதீத ஆர்வம் காட்டத் தொடங்கியிருந்த காலகட்டம் அது. யார் யார் என்னென்ன பதவியில் இருக்கிறார்கள்? அவர்களுக்கான அதிகாரங்கள் என்னென்ன? என்பன போன்ற விஷயங்களைத் தெரிந்து கொள்வதில் இந்திராவுக்கு அலாதி ஆர்வம். முக்கியமாக, நடப்பு அரசியல். ஆனால் நேருவோ வீட்டுக்குள் வைத்து இந்திராவிடம் அரசியல் விவகாரங்களைப் பேசுவதில்லை என்று முடிவு செய்திருந்தார். இதுவிஷயமாக மத்தாயிடம் அடிக்கடி புலம்பிக் கொண்டிருந்தார் இந்திரா.

மத்தாயோடு வாக்கிங் போவது, முக்கியமான அரசியல் விஷயங் கள் குறித்து விவாதிப்பது என்று தொடர்ந்து மத்தாயுடன் இந்திரா தென்பட்டது பலரது புருவங்களையும் உயர்த்தியது. இந்திராவும் மத்தாயும் நெருக்கமாகப் பழகுகிறார்கள் என்ற வதந்தி பிறந்தது.

காலப்போக்கில், 'இந்திராவுக்கும் மத்தாயுக்கும் காதல்' என்று வதந்திக்கு இறக்கை முளைத்தது.

உண்மையில் இதுபோன்ற வதந்திகள் வருவதில் மத்தாயுக்கு உள்ளூர சந்தோஷமாக இருந்தது. பிரதமரின் மகளோடு இணைத்துப் பேசப்படுவது எத்தனை பெரிய பாக்கியம் என்று ஆனந்தப்பட்டார் மத்தாய். இதற்காகவே சில விஷயங்களை தாமாக முன்வந்து பத்திரிகையாளர்களுக்கு அனுப்பிவைத்தார். வதந்தி. அதுவும் பெரிய இடத்து வதந்தி என்பதால் பலரும் அதை உன்னிப்பாகக் கவனித்தனர். ஆளாளுக்குக் கண், காது, மூக்கு வைத்து மத்தாய் - இந்திராவை கொச்சைப்படுத்தத் தொடங்கினர்.

இந்திராவுக்கும் மத்தாயுக்குமான நட்பு எல்லைமீறிவிட்டது. இந்திரா கர்ப்பமாக இருக்கிறார் என்றெல்லாம் செய்திகள் பரவத் தொடங்கின. எல்லாமே மத்தாயின் கைங்கர்யம் என்பது பின்னாட்களில் அவர் எழுதிய புத்தகத்தில் இருந்த சங்கதிகள் மூலம் அம்பலமானது தனிக்கதை.

வேண்டுமென்றே மத்தாய் உருவாக்கிய கதை என்பதை எல்லோராலும் புரிந்துகொள்ள முடிந்தது. ஆனாலும் சர்ச்சைகள் நின்றபாடில்லை. 'நேருவின் நிஜமான மருமகன் மத்தாய். ஃபெரோஸ் அல்ல' இப்படியொரு கேலி வாசகம் ஃபெரோஸின் காதுகளை வந்தடைந்தது. நெருப்பில் பட்ட புழுபோல துடித்துப் போனார் ஃபெரோஸ். ஆனால் அவருக்கு நேருவின் மீதோ அல்லது மத்தாயின் மீதோ வருத்தமில்லை. விஷயம் இந்த அளவுக்கு முற்றிப் போவதற்குக் காரணம் இந்திராவே என்பதுதான் ஃபெரோஸின் வருத்தம்.

மத்தாயின் விவகாரத்துக்கு வேறு வகையில் முற்றுப்புள்ளி வைக்க முடிவு செய்தார் ஃபெரோஸ். இதற்காகத் தன்னுடைய பத்திரிகை நண்பரான நிகில் சக்ரவத்தியை நாடினார். 'நேருவையும் இந்திராவையும் விட்டுவிட்டு மத்தாய் ஓடவேண்டும். ஆனால் எனக்கும் அதற்கும் தொடர்பிருப்பது வெளியே தெரியக் கூடாது' இருவரும் ரகசிய ஆலோசனைகள் நடத்தினர். அந்த நொடியில் இருந்து மத்தாயின் ஒவ்வொரு நடவடிக்கைகளும் உன்னிப்பான கவனத்துக்கு உள்ளாகின. அவருடைய தொடர்புகள் மற்றும் சொத்து விவரங்கள் எல்லாம் தோண்டி எடுக்கப்பட்டன. மேலும் சில தகவல்களைத் திரட்டும் முயற்சியில் ஈடுபட்டிருந்தார் ஃபெரோஸ்.

மத்தாய் விவகாரத்தைக் கிளப்புவதற்கு முன்னால் நேருவின் அமைச்சரவையில் நிதித்துறை பொறுப்பில் இருந்து டி.டி. கிருஷ்ணமாச்சாரியைக் குறிவைத்து தன்னுடைய அம்பை செலுத்தினார் ஃபெரோஸ். இந்தமுறையும் அவர் எடுத்துக் கொண்டது காப்பீடு விவகாரம். ஆனால் இப்போது புதிய நபர். பெயர், ஹரிதாஸ் முந்த்ரா. காப்பீடு நிறுவனம் நடத்திவந்த இவருக்கு அமைச்சர் கிருஷ்ணமாச்சாரியும் தலைமை நிதித்துறை செயலாளர் பட்டேலும் சட்டவிரோதமாக உதவியுள்ளதை மோப்பம் பிடித்தார் ஃபெரோஸ். நேருவின் உற்ற தோழர் டிடிகே என்பதால் இந்த விவகாரத்தில் புதைந்து கிடக்கும் உண்மைகளை எல்லாம் தோண்டி வெளியே எடுக்க மிகுந்த ஆர்வத்துடன் செயல்பட்டார் ஃபெரோஸ்.

நாடாளுமன்றத்தில் தன்னுடைய வாதங்களை ஆதாரத்தோடு எடுத்துவைத்து டிடிகேவையும் நேருவையும் திண்டாட வைத்தார். உண்மையை ஒப்புக்கொண்டே தீரவேண்டும் என்ற

நெருக்கடி. இறுதியாக வழிக்கு வந்தார் டிடிகே. நேருவின் அரசு மீது இருக்கும் நேர்மைக்கு விழுந்த அடியாக இது கருதப் பட்டது. விசாரணை கமிஷன் அமைக்கப்பட்டு குற்றம் நிரூபிக்கப்பட்டது. டிடிகேவை ராஜினாமா செய்யுமாறு நேருவே கேட்டுக்கொண்டார். அவருக்குப் பிறகு மொரார்ஜி தேசாய் நிதி அமைச்சராக வந்தார்.

ஃபெரோஸ் இப்போது மத்தாய் விவகாரத்தில் சில முன்னேற்றங் களை அடைந்திருந்தார்.

ஹிமாச்சல பிரதேசத்தில் இருக்கும் குலூவில் பிரமாண்ட மாளிகையைத் தன்னுடைய அதிகாரத்தைத் தவறாகப் பயன் படுத்தி வாங்கினார். பிறகு அதிக விலைக்கு விற்றார். கிடைத்த பணத்தை வெளிநாட்டு வங்கிகளில் போட்டுள்ளார் என்பன போன்ற அத்தனை விஷயங்களையும் ஒன்றுவிடாமல் சேகரித்துவைத்திருந்தார். ஒவ்வொரு விஷயத்துக்கும் கவன மாக ஆதாரங்களைத் திரட்டினார்.

முன்பு முடிவு செய்திருந்தபடியே தகவல்கள் வெளியாகின. ஆனாலும் தகவல் சேகரிக்கப்பட்ட விதம், அம்பலமான முறை எல்லாவற்றையும் வைத்து இது ஃபெரோஸின் புதிய அஸ்திரம் என்பதை நேரு புரிந்துகொண்டார். மீண்டும் விசாரணை. மீண்டும் பதவி விலகல்.

மீண்டும் மீண்டும் வெற்றி மாலைகள். இந்திராவுக்கோ புதிய புதிய சிக்கல்கள் முளைத்துக் கொண்டிருந்தன. இந்த முறை ஒரு பிரம்மச்சாரி இந்திராவின் வாழ்க்கையில் வந்திருந்தார்.

தீரேந்திர பிரம்மசாரி. 1958-ல் இந்திராவுக்கு யோகாசனம் கற்றுக் கொடுப்பதற்காக அழைத்துவரப்பட்டார். இந்திரா மட்டுமல்ல, நேரு, லால் பகதூர் சாஸ்திரி, ஜெயப்ரகாஷ் நாராயணன் உள்ளிட்ட பல தலைவர்களுக்கு யோகாசன குருவாக மாறினார் தீரேந்திர பிரம்மசாரி. அவருடைய மாணவர்கள் எல்லோருமே நாட்டின் மிகப்பெரிய தலைவர்கள் என்பதால் மின்னல் வேகத்தில் அவருடைய புகழ் பரவத் தொடங்கியது.

விஷ்வயாதன் யோகா ஆஸ்ரம். தீரேந்திர பிரம்மசாரி தொடங்கிய யோகாசன ஆஸ்ரமம். டெல்லிதான் இதற்குத் தலைமையகம். ஆசிரமத்தில் பல பிரமுகர்கள் வந்து யோகாசனம் கற்றுச் சென்றனர். மத்திய வீட்டுவசதித் துறை அமைச்சகம்

பிரம்மச்சாரிக்காக ஜந்தர் மந்தர் சாலையில் பங்களா ஒன்றை ஒதுக்கிக் கொடுத்திருந்தது.

•

செப்டெம்பர் 7, 1960. நாடாளுமன்றத்துக்குச் சென்றுவிட்டுத் திரும்பிக் கொண்டிருந்தார் ஃபெரோஸ். திடீரென அவருக்கு நெஞ்சு வலிப்பதுபோல இருந்தது. உடனடியாக மருத்துவ மனையில் அனுமதிக்கப்பட்டார். சிகிச்சைகள் நடந்துகொண்டு இருந்தன.

விஷயம் இந்திராவுக்குத் தெரிவிக்கப்பட்டது. அப்போது இந்திரா, நேருவுடன் சுற்றுப்பயணத்தில் இருந்தார், வழக்கம் போல.

தகவல் கிடைத்ததும் டெல்லிக்குத் திரும்பினார். காலை நான்கரை மணிக்கு இருக்கும். லேசாகக் கண்விழித்துப் பார்த்தார் ஃபெரோஸ். எதிரே இந்திரா. சட்டென்று கண்களில் நீர் துளிர்த்தன. கட்டுப்படுத்திக்கொண்டார். சில நொடிகளில் மயங்கிவிட்டார். ஏழே முக்கால் மணிக்கு ஃபெரோஸ் கண்களை மூடினார். இந்திராவுக்கு மூச்சே நின்றுவிடுவது போல இருந்தது.

ஆசை ஆசையாகக் காதலித்து, பலத்த சர்ச்சைகளுக்கு இடையே திருமணம் செய்து கொண்டவர்கள். ஆனாலும் இறுதியில் கருத்துவேறுபாடுகள் அவர்களைப் பிரித்துவைத்திருந்ததை நினைக்க நினைக்க அழுகை முட்டிக்கொண்டு வந்தது இந்திராவுக்கு. குழந்தைகள் அருகில் நின்றதால் உணர்ச்சிகளைக் கட்டுப்படுத்திக் கொண்டார்.

ஃபெரோஸ் இறந்துபோனார். நிலைகுலைந்துபோனார் இந்திரா. உடனடியாக ஃபெரோஸின் உடல் தீன்மூர்த்தி பவனுக்குக் கொண்டு செல்லப்பட்டது. அவருடைய உடலை சுத்தம் செய்வதற்காக ஆண்கள் சிலர் வந்தனர். அவர்களைத் தடுத்து நிறுத்தினார் இந்திரா. பிறகு தன்னுடைய கைகளாலேயே ஃபெரோஸின் உடலை சுத்தம் செய்தார். பிறகு எல்லாவிதமான சடங்குகளும் செய்யப்பட்டன. ஃபெரோஸின் உடல் எரியூட்டப்பட்டது.

8. இந்திரா Vs சாஸ்திரி

கேரளாவில் இருக்கும் நம்பூதிரிபாட் அரசைக் கலைக்கவேண்டும் என்றார் இந்திரா. கணவ ருடைய இழப்பில் இருந்து தன்னை மீட்டெடுக்க வேண்டும் என்றால் ஏதாவது அதிரடியாகச் செய்து தன்னுடைய மனத்தை அரசியல் பக்கம் லயிக்கச் செய்யவேண்டும் என்று முடிவெடுத்திருந்தார் இந்திரா. அதன் ஒரு அங்கமே இந்த ஆட்சிக் கலைப்பு கோரிக்கை.

இந்திராவின் வார்த்தைகள் நேருவை ஆத்திரம் கொள்ள வைத்தன. மக்களால் தேர்வு செய்யப்பட்ட அரசை நம்முடைய அரசியல் காரணங்களுக்காக, தனிப்பட்ட விருப்பு வெறுப்புகளுக்காகக் கலைப்பது தவறான முன்னுதாரணம் என்று மறுத்துவிட்டார் நேரு.

ஆனால் இந்திராவோ தன்னுடைய கோரிக்கையின் நியாயத்தை வலியுறுத்தினார். 'கேரளாவில்

ஆட்சியில் இருக்கும் கம்யூனிஸ்டு அரசு குத்தகைதாரர்களின் உரிமைப் பாதுகாப்புச் சட்டம் மற்றும் சமயசார்புடைய அமைப்புகள் நடத்திய கல்வி நிறுவனங்களை முறைப்படுத்தும் சட்டம் என்ற இரண்டுமே மக்கள் விரோதச் சட்டங்கள். அவற்றால் மக்கள் மத்தியில் கடும் கொந்தளிப்பு ஏற்பட்டுள்ளது' இதுதான் இந்திராவின் வாதம். இந்திராவின் கண்ணசைவு கொடுத்த தெம்பில் கேரள காங்கிரஸ் போராட்டத்தில் குதித்தது. இறுதிவெற்றி, இந்திராவுக்கே.

அடுத்து வந்த தேர்தலில் காங்கிரஸ் கட்சி வெற்றி பெற்று ஆட்சியைக் கைப்பற்றியது.

மே 27, 1964. படுக்கையில் இருந்து எழுந்த நேரு கடிகாரத்தைப் பார்த்தார். மணி ஆறரையை நெருங்கிக் கொண்டிருந்தது. உடல்வலி அதிகரித்ததுபோல இருந்தது நேருவுக்கு. அருகில் இருந்த உதவியாளாரை அழைத்தார்.

'இந்துவையும் டாக்டரையும் அழைத்துவா.'

சில நிமிடங்களில் இந்திராவும் டாக்டர் பேடியும் அறைக்குள் நுழைந்தனர். நாடித் துடிப்பை சரிபார்த்தார் பேடி. சில நொடிகளில் மயக்கமடைந்தார் நேரு. பரிசோதித்துப் பார்த்ததில் ரத்தக்குழாய் வெடித்திருந்தது தெரியவந்தது. உடனடியாக ரத்தம் தேவை என்றார் டாக்டர் பேடி.

இந்திராவின் ரத்தப்பிரிவு நேருவுக்குப் பொருந்தும் என்பதால் உடனடியாக ரத்தம் ஏற்றப்பட்டது. ஆனாலும் பலனளிக்காமல் கோமா நிலையை அடைந்தார் நேரு. ராஜிவுக்குத் தொலைபேசி மூலம் தகவல் கொடுத்தார் இந்திரா. அப்போது ராஜிவ் இங்கிலாந்தில் இருந்தார். காஷ்மீரில் விடுமுறை அனுபவித்துக் கொண்டிருந்த சஞ்சய்க்கும் தகவல் கொடுக்கப்பட்டது.மதியம் 1.44 மணிக்கு நேருவின் உயிர் பிரிந்திருந்தது.

அடுத்து யார்? காங்கிரஸ் என்ற மிகப்பெரிய இயக்கத்தை வழி நடத்தப் போவது யார்? ஆட்சியை நிர்வகிக்கப் போவது யார்? நிறைய கேள்விகள் எழுந்தன. இந்திராவைத்தான் எல்லோருமே கவனித்தனர். ஆனால் இந்திராவுக்கு எந்தவிதமான சலனமும் இல்லை. நடப்பதை எல்லாம் உன்னிப்பாகக் கவனித்துக் கொண்டிருந்தார். எல்லோருடைய கவனமும் இப்போது மூத்த தலைவரான லால் பகதூர் சாஸ்திரியை நோக்கித் திரும்பி

இருந்தது. ஆனால் சாஸ்திரியோ இந்திராவைச் சென்று சந்தித்தார்.

‘உன்னிடம் ஒரு உதவி எதிர்பார்க்கிறேன்’

‘சொல்லுங்கள்.. காத்துக் கொண்டிருக்கிறேன்’

‘நாட்டின் நிர்வாகத்தை நீ ஏற்றுக்கொள்ளவேண்டும்’

இந்திராவுக்கு என்ன பதில் சொல்வதென்றே தெரியவில்லை.

‘எனக்கு இந்தியாவையோ அல்லது காங்கிரஸ் பேரியக்கத்தையோ வழிநடத்தக்கூடிய அளவுக்கு அனுபவமோ வயதோ இருப்பதாகத் தெரியவில்லை. ஆகவே, என்னை விட்டு விடுங்கள். மாற்று ஏற்பாடு செய்யுங்கள்.’

அடுத்தடுத்து பல தலைவர்கள் வந்து இந்திராவை சம்மதிக்க வைக்கும் முயற்சியில் இறங்கினர். ஆனால் எல்லோருக்கும் இந்திரா சொன்ன பதில், ‘வேண்டாம்.’

●

தமிழகத்தில் தனிப்பெரும் தலைவராக இருந்தவர் காமராஜ். கே திட்டம் மூலம் பதவியை ராஜினாமா செய்துவிட்டவரை காங்கிரஸ் மேலிடம் தலைவராக்கி மரியாதை செய்திருந்தது. இப்போது டெல்லியில் காமராஜ் சொல்வதுதான் வேதவாக்கு என்ற நிலை. ஆகவே, அடுத்த பிரதமரைத் தேர்வு செய்யும் பொறுப்பு காமராஜையே வந்தடைந்தது.

காமராஜ் உள்ளிட்ட பெரும்பாலான மூத்த தலைவர்களுடைய மனத்திலும் லால் பஹதூர் சாஸ்திரியே இருந்தார். ஆனால் மொரார்ஜிக்கும் நல்ல செல்வாக்கு, கட்சி மட்டத்தில் இருந்தது. காமராஜ் தலைமையில் குழு ஒன்று களத்தில் இறங்கியது. சிண்டிகேட் என்று அழைக்கப்பட்ட அந்தக்குழு, லால் பகதூர் சாஸ்திரியைப் பிரதமராகத் தேர்வு செய்தது. அதற்கு வசதியாக மொரார்ஜி போட்டியிலிருந்து விலகிக் கொள்ளுமாறு கோரப் பட்டிருந்தார். விளைவு, லால் பஹதூர் சாஸ்திரி இப்போது போட்டியின்றி தேர்வு செய்யப்பட்ட பிரதமர்.

நாட்டின் பிரதமராகப் பதவியேற்ற சாஸ்திரி, இந்திராவின் வீட்டுக்கே சென்று கோரிக்கை விடுத்தார். ‘நீங்கள் என்னுடைய அமைச்சரவையில் இடம்பெறவேண்டும்.’

செய்தி மற்றும் தகவல் ஒளிபரப்புத்துறை அவருக்கு ஒதுக்கப் பட்டது. அமைச்சரவையில் சாஸ்திரி, குல்சாரிலால் நந்தா மற்றும் டி.டி.கேவுக்கு அடுத்த இடம் இந்திராவுக்கு வழங்கப் பட்டிருந்தது.

●

இலக்கம் 1, சப்தர்ஜங் சாலை. இந்திராவின் புதிய முகவரி. அவ்வப்போது வெளிநாடுகளில் நடக்கும் சர்வதேச மாநாடு களில் கலந்துகொண்டார். முக்கியமாக 1964-ல் நடைபெற்ற காமன்வெல்த் மாநாட்டில் இந்தியாவின் பிரதிநிதியாக இந்திராவை அனுப்பிவைத்தார் சாஸ்திரி. காங்கிரஸ் கட்சியின் பெண் முகம், இளைய தலைமுறை என்றெல்லாம் இந்திராவை ஆளாளுக்குப் பாராட்டித் தள்ளிக் கொண்டிருந்தனர்.

சுமுகமாகப் போய்க்கொண்டிருந்த இந்திரா - சாஸ்திரி உறவு திடீரென பாதிப்படையத் தொடங்கியது. இதற்கு பிள்ளையார் சுழி போட்டது ஸ்வரண்சிங் விவகாரம். இந்திய நாட்டின் முக்கியத்துவம் வாய்ந்த அமைச்சகங்களுள் ஒன்றான வெளி யுறவுத் துறைக்கு ஸ்வரண்சிங்கை அமைச்சராக நியமனம் செய்தார் சாஸ்திரி. யதேச்சையாகப் பத்திரிகைகளைப் புரட்டிய இந்திராவின் கண்களில் இந்தச் செய்தி தென்பட்டது. சுருக் கென்று இருந்தது.

ஏன் நம்மிடம் கலந்தாலோசிக்கவில்லை? குறைந்தபட்சம் தகவல்கூட தெரிவிக்கவில்லையே. நெற்றியைச் சுருக்கிய படியே யோசித்தார் இந்திரா. புரிகிறது. ஆட்சி நிலைக்க, மக்கள் செல்வாக்கைத் திரட்ட நான் அமைச்சரவையில் நீடிக்க வேண்டும். ஆனால் எனக்கு எந்த அதிகாரமும் இருக்கக் கூடாது. மரியாதையும் கொடுக்கக் கூடாது. அப்படித்தானே?

பனிப்போர் தொடங்கியது. இந்திரா இப்போது நிறைய மாறி யிருந்தார். தான் ஒன்றும் ஆண்களுக்கு அடங்கிப் போகும் சராசரிப் பெண் அல்ல என்பதை நிரூபிப்பதற்கு வாய்ப்புகளை எதிர்பார்க்கத் தொடங்கினார்.

●

மார்ச் 1965. தமிழ்நாட்டில் இந்தித் திணிப்பு விவகாரம் விஸ்வ ரூபம் எடுத்துக் கொண்டிருந்தது. திராவிட இயக்கங்கள்

தொடர்ந்து போராட்டத்தில் ஈடுபட்டுக் கொண்டிருந்தன. மாநிலம் முழுக்கக் கலவரம். ஊர்வலம். பதற்றம். நிலைமை எல்லைமீறிக் கொண்டிருப்பதாக இந்திராவுக்குச் செய்திகள் வந்தன.

இதுதான் சமயம். சாஸ்திரியை மடக்க இதைவிட்டால் வேறொரு அற்புதமான சந்தர்ப்பம் வாய்க்காது. முடிவு செய்துவிட்டார் இந்திரா. உடனடியாக தமிழ்நாட்டுக்குப் புறப்பட்டார்.

தமிழகத்தில் இருந்த காங்கிரஸ் கட்சித் தலைவர்கள் எல்லாம் இந்திராவை மன மகிழ்ச்சியோடு வரவேற்றனர். நேருவின் மகளுக்கு ஏற்ற அபரிமிதமான வரவேற்பு. போராட்டத்தில் ஈடுபட்டவர்களோடு பேச்சுவார்த்தை நடத்தினார். மாநிலத்தில் அமைதி திரும்ப தன்னால் ஆன அனைத்து முயற்சிகளையும் எடுப்பதாகப் பொதுமக்களிடம் உறுதி யளித்தார்.

•

எள்ளும் கொள்ளும் வெடித்துக்கொண்டிருந்தது சாஸ்திரியின் முகத்தில். எதற்காக தமிழ்நாட்டுக்குப் போனார் இந்திரா? இவர் என்ன போலீஸா அல்லது ராணுவமா? கலவரத்தை அடக்கு வதற்கு?

சாஸ்திரி கோபமாக இருக்கும் விஷயம் இந்திராவை வந்தடைந்தது. வந்து சொன்னவர்களிடம் ஆவேசமாகப் பேசினார் இந்திரா. 'கலவரத்தால் பாதிக்கப்படும் மக்களுக்கு ஆறுதல் சொல்லப்போனது அவரை மீறிய செயலா? அப்படி என்றால் அடிக்கடி போவேன். எங்கெல்லாம் என்னுடைய சேவைகள் தேவைப்படுகின்றதோ அங்கெல்லாம் நான் போவேன். இதில் எனக்கு எந்தத் தயக்கமும் இல்லை.'

ஆகஸ்டு 8, 1965. இந்திரா, காஷ்மீருக்குச் சென்றிருந்தார். திடீரென அங்கு பதற்றமான சூழல் உருவானது. பாகிஸ்தான் ஆதரவுப் போராளிகள் ஸ்ரீநகரைக் கைப்பற்றப்போவதாகவும் கலவரத்தைத் தூண்டப் போவதாகவும் தகவல்கள் கசிந்தன. உடனடியாக விமானம் பிடித்து வெளியேறுமாறு இந்திராவை அவசரப் படுத்தினர் அரசு அதிகாரிகள். உறுதியாக மறுத்து ஸ்ரீநகரில் தங்கினார்.

ஆங்காங்கே கலவரம் மூண்டது. ஆனால், இந்திராவுக்கு எந்தப் பிரச்னையுமில்லை. நிலைமை ஓரளவுக்குக் கட்டுக்குள் வந்ததும் கலவரம் நடக்க இருந்த இடத்துக்கும் விஜயம் செய்தார். அதிகாரிகள் எவ்வளவோ தடுத்தும் உயிர்பயத்தை எல்லாம் ஓரங்கட்டிவிட்டு பொதுமக்களிடம் சென்று நிலைமை குறித்து விசாரணை செய்தார்.

மறுநாள் பத்திரிகைகளில் செய்தி வெளியாகியிருந்தது. 'பெண்ணின் அமைச்சரவையில் இருக்கும் ஒரே ஆண் அமைச்சர் இந்திரா'

9. பிரதமர் இந்திரா

ஜனவரி 3, 1966. சோவியத் நாட்டின் (USSR) ஒரு அங்கமாக இருந்த தாஷ்கண்ட் நகருக்கு (தற்போது உஸ்பெகிஸ்தானில் இருக்கிறது தாஷ்கண்ட்) வந்திருந்தார் பிரதமர் லால் பகதூர் சாஸ்திரி. இந்தியா - பாகிஸ்தான் இடையே மூண்டு கொண்டு இருக்கும் யுத்த நெருப்பை எப்படி அணைப்பது என்பது பற்றி முடிவெடுத்தாகவேண்டிய சூழல். பாகிஸ்தான் பிரதமர் அயூப்கானும் வந்திருந்தார். இருவரும் பேச்சுவார்த்தையைத் தொடங்கினர். நடுநாயகமாக சோவியத் அதிபர் அலெக்ஸி கொஸிஜின்.

பரஸ்பரம் பல விஷயங்கள் குறித்து பேச்சுவார்த்தை கள் நடந்தன. இருதரப்பு உறவுகள் குறித்து. யுத்தங் கள் குறித்து. இறுதியாகப் பத்தாம் தேதியன்று பிரகடனம் இறுதி செய்யப்பட்டது. இருநாடுகளின் உள்விவகாரங்களில் இருவருமே தலையிடக்

கூடாது. பொருளாதார, ராஜிய உறவுகள் சீரமைக்கப்படும், இரு தரப்பு உறவை மேம்படுத்த நடவடிக்கைகள் மேற்கொள்ளப்படும்.

பிரகடனத்தை இறுதி செய்துவிட்டு உறங்கச் சென்றார் சாஸ்திரி. நள்ளிரவு ஒன்றரை மணிக்கு மாரடைப்பு அவரைத் தாக்கியது. சாஸ்திரி உறக்கத்தில் இறந்துபோனார். இந்திராவின் செயலாளர் என்.கே. சேஷன் விஷயத்தை இந்திராவின் கவனத்துக்குக் கொண்டுசென்றார். மறுநொடி ராஷ்ட்ரபதி பவனை நோக்கி காரில் விரைந்துகொண்டிருந்தார் இந்திரா. அங்கே குல்சாரி லால் நந்தா வந்து காத்திருந்தார். அதிகாலையில் நந்தாவை தாற்காலிகப் பிரதமராகப் பதவிப் பிரமாணம் செய்துவைத்தார் குடியரசுத் தலைவர். டெல்லியில் அரசியல் நடவடிக்கைகள் துரித கதியில் நடந்துகொண்டிருந்தன.

'யார் அடுத்த பிரதமர்? மீண்டும் கேள்விக்கணைகள் எழுந்தன. மீண்டும் களத்தில் குதித்தார் காமராஜ். அவர் என்ன செய்யப் போகிறார் என்பதை காங்கிரஸ் உள்ளிட்ட அனைத்துக்கட்சித் தலைவர்களும் ஆவலுடன் எதிர்பார்த்திருந்தனர். சில தலைவர்கள் காமராஜையே பிரதமராக்க முடிவு செய்தனர். ஆனால் அவர்களை ஐந்தே வார்த்தைகளைக்கொண்டு வெகுசுலபமாகத் தவிர்த்தார் காமராஜ். 'இந்தியும் தெரியாது. ஆங்கிலமும் தெரியாது. பிறகெப்படி?'

கடந்தமுறை காமராஜின் சமாதான முயற்சியில் பிரதமர் பதவிப் போட்டியில் இருந்து விலகிய மொரார்ஜி தேசாய், இந்தமுறை முன்னால் வந்து நின்று கொண்டிருந்தார். போதாக்குறைக்கு பாதுகாப்புத் துறை அமைச்சராக இருந்த ஒய்.பி. சவானுக்கும் பிரதமர் ஆசை வந்திருந்தது. நேரம் செல்லச்செல்ல குல்சாரி லால் நந்தா, எஸ்.கே. பாட்டீல் என்று பிரதமர் வேட்பாளர்களின் எண்ணிக்கை அதிகரித்துக்கொண்டே சென்றது.

முடிவெடுக்க வேண்டிய பொறுப்பில் இருந்த காமராஜோ இந்திராவைப் பிரதமராக்குவதில் ஆர்வமாக இருந்தார். கட்சியின் மூத்த தலைவர்கள் அத்தனை பேரையும் சந்தித்துப் பேசினார். சமாதான முயற்சிகளில் தொடர்ந்து ஈடுபட்டார்.

ஆனால் எவரையும் கடிந்துகொள்வதில்லை என்பதில் உறுதியாக இருந்தார். 'வரவிருக்கும் நாடாளுமன்றத் தேர்தல், காங்கிரஸ் கட்சிக்கு மிகவும் முக்கியமானது. நேரு இல்லாமல் கட்சி

சந்திக்கும் முதல் தேர்தல். ஆகவே, நேரு குடும்பத்தைச் சேர்ந்த இந்திரா பிரதமராகிவிட்டால் தேர்தலை எதிர்கொள்வது சிரமமாக இருக்காது. தவிரவும், மத அடையாளங்களைக் கடந்து தாழ்த்தப்பட்டவர்கள், முஸ்லிம்கள், சிறுபான்மையினர் என அனைத்துத் தரப்பினருக்கும் இந்திரா மீது நேருவின் மகள் என்ற நம்பிக்கை இருக்கிறது. அதை காங்கிரஸ் கட்சிக்குச் சாதகமாக்கவேண்டும்.'

இதுதான் காமராஜ் எடுத்துவைத்த வாதம். கட்சியின் எதிர்காலம் என்றால் அது கட்சித் தலைவர்களின் எதிர்காலம். தொண்டர் களின் எதிர்காலம் என்பதைத் தலைவர்களுக்குப் புரியவைத்துக் கொண்டிருந்தார் காமராஜ். ஆனால் காமராஜ் தலைமையிலான சிண்டிகேட் தலைவர்கள் இந்திராவை முன்மொழிவதற்கு வேறொரு காரணம் இருப்பதாக அரசியல் வட்டாரத்தில் பரபரப் பாகப் பேசப்பட்டது. 'இந்திராவுக்கு அரசியல் அனுபவம் அதிகமில்லை. நிர்வாகத்துக்குப் புதியவர். ஆகவே, அவரை மற்ற மூத்த தலைவர்கள் எல்லாம் ரிமோட் மூலம் இயக்கலாம்'

நிறைய தலைவர்கள் சம்மதம் தெரிவித்தாலும் சிலர் மட்டும் பிடிவாதம் பிடித்துக் கொண்டிருந்தனர். அவர்களை சரிகட்டும் பொறுப்பு மத்தியப் பிரதேச முதலமைச்சராக இருந்த டி.பி. மிஷ்ராவிடம் ஒப்படைக்கப்பட்டது. மின்னல் வேகத்தில் செயல்பட்டார் மிஷ்ரா. விளைவு, எட்டு மாநில முதல்வர்கள் இந்திராவை ஆதரிப்பதாகப் பகிரங்கமாக அறிவித்தனர்.

இந்திராவுக்கு ஆதரவு திரண்டு கொண்டிருந்தபோதும் மொரார்ஜி தேசாய் மாத்திரம் முரட்டு தேசாயாகவே இருந்தார். 'கடந்தமுறை எனக்குச் செய்த அநீதிக்கு இந்தமுறை பரிகாரம் தேடியே ஆகவேண்டும்' என்று உறுமினார். ஆனால் காமராஜ் உள்ளிட்ட தலைவர்களுக்கோ கட்சியின் எதிர்காலம் பற்றிய சிந்தனைதான் மேலோங்கியிருந்தது. பழங்கதைகள் எல்லாம் பின்னுக்குத் தள்ளப்பட்டிருந்தன.

மொரார்ஜியின் வீட்டுக்குச் சென்றார் காமராஜ்.

'நீங்கள் போட்டியிலிருந்து விலகிக்கொண்டால் நன்றாக இருக்கும். காரணம், இந்திராவுக்கே ஆதரவு மிகுதியாக இருக்கிறது.'

'வாக்குப்பெட்டி பதில் சொல்லும்.'

அலுவலகத்துக்கு வந்த காமராஜ் இந்திராவுக்குப் போன் செய்தார்.

'நீங்கள்தான் அடுத்த பிரதமர்.'

'இல்லை ஜி. இந்தமுறை பிரதமராக எனக்கு விருப்பமில்லை.'

'நீங்கள் விரும்பும் சமயத்தில் நாங்கள் இருக்க மாட்டோம். எனவே நீங்கள்தான் பிரதமர். ஏற்றுக்கொள்ளத்தான் வேண்டும்.'

இதற்கு மேல் மறுப்பு சொல்ல இந்திராவுக்கு விருப்பமில்லை.

'நல்லது. நான் உடனே வந்து உங்களைச் சந்திக்கிறேன்' என்றார் இந்திரா.

'தேவையில்லை. நான் சொல்லும்போது வந்தால் போதும்.'

ரிசீவரை வைத்துவிட்டார் காமராஜ்.

•

கன்சென்ஸஸ் முறையில்தான் நேருவின் மரணத்துக்குப் பிறகு சாஸ்திரி பிரதமராகத் தேர்வு செய்யப்பட்டார். இப்போது மீண்டும் ஒரு பிரதமரை அதே பாணியில் தேர்ந்தெடுக்க காமராஜ் முடிவு செய்தார். ஆனால் மொரார்ஜி அதற்கு வளைந்து கொடுக்கத் தயாராக இல்லை. 'வாக்கெடுப்பு நடத்தப்பட வேண்டும், அதுவும் ரகசியமாக.' வேறு வழியில்லை. ஒப்புக் கொண்டார் காமராஜ்.

ஜனவரி 19, 1966. நாடாளுமன்றக் கட்டடத்தின் மையப்பகுதி காங்கிரஸ் உறுப்பினர்களால் நிரம்பியிருந்தது. அதிகாலை யிலேயே எழுந்துவிட்ட இந்திரா, குளித்து முடித்து தயாராகி முதலில் காந்தி சமாதிக்குச் சென்றார். அடுத்ததாக தீன் மூர்த்தி பவனுக்குச் சென்று அங்குள்ள நேருவின் உருவப்படத்துக்கு முன் சில நொடிகள் கண்மூடி நின்றார்.

வெள்ளை நிற கதர்சேலை, பழுப்பு நிற காஷ்மீரத்து சால்வை. அதில் சிவப்பு நிற ரோஜா ஒன்றை செருகியிருந்தார். மண்டபத் துக்குள் திரண்டிருந்த தொண்டர்களுக்கும் தலைவர்களுக்கும் கைகூப்பி வணக்கம் தெரிவித்தார். அப்போதுதான் எதிரே நின்ற மொரார்ஜியைக் கவனித்தார் இந்திரா.

‘தேசாய்ஜி, என்னை ஆசீர்வதியுங்கள்’ தலையில் கைவைத்து ஆசி வழங்கியதோடு கைகுலுக்கி வாழ்த்து தெரிவித்தார் மொரார்ஜி.

இதைத்தான் இந்திராவும் எதிர்பார்த்திருந்தார். நேருவுக்குப் பிறகு கட்சியில் மூத்தவர் மொரார்ஜி. அரசியல் காரணங் களுக்காக அவரை எதிர்த்து நின்றபோதும் மொரார்ஜியின் திறமைகளைக் குறைத்து மதிப்பிடுவதில் இந்திராவுக்குத் துளியும் விருப்பமில்லை.

இந்திராவுக்கு எந்தச் சமயத்திலும் தோல்வி ஏற்பட்டுவிடக் கூடாது என்பதற்காக சிண்டிகேட் தலைவர்கள் அரும்பாடு பட்டுக்கொண்டிருந்தனர். உறுப்பினர்களுக்கு வாக்குச்சீட்டுகள் வழங்கப்பட்டன. ஓவ்வொரு உறுப்பினராக வாக்குகளைச் செலுத்தத் தொடங்கினர். வாக்குப்பதிவு முடிந்ததாக அறிவிக்கப் பட்டதும் மீண்டும் உறுப்பினர்களைப் பதற்றம் தொற்றிக் கொண்டது. மணி மதியம் மூன்றை நெருங்கிக் கொண்டிருந்தது. வாக்கு எண்ணும் அறையையே எல்லோரும் கவனித்துக் கொண்டிருந்தனர்.

‘இந்திராவுக்கு என்னுடைய வாழ்த்துகள்.’

அறையில் இருந்து வெளியே வந்த உறுப்பினர் ஒருவர் சொன்ன வார்த்தைகள், மைய மண்டபத்தையே அதிர வைத்தன. இந்திரா வின் ஆதரவாளர்கள் மகிழ்ச்சிக்கடலில் மூழ்கி நீச்சலடிக்கத் தொடங்கினர். வாழ்த்துக்கோஷம் மண்டபக்கூரையைப் பிளந்து கொண்டு வெளியே சென்றது.

முறைப்படி தேர்தல் முடிவுகள் அறிவிக்கப்பட்டன. மொரார்ஜிக்கு மொத்தம் 169 வாக்குகள் விழுந்திருந்தன. ஆனால் இந்திராவுக்கோ 355 வாக்குகள். அற்புதமான வெற்றியைப் பெற்று நாடாளுமன்றக் கட்சியின் காங்கிரஸ் தலைவராகத் தேர்வு செய்யப்பட்டார் இந்திரா.

‘இந்திரா காந்தி வாழ்க’

காங்கிரஸ் கட்சியின் நாடாளுமன்றத் தலைவராகத் தேர்வு செய்யப்படுபவரே நாட்டின் அடுத்த பிரதமர். ஆகவே, இந்த நொடியில் இருந்து இந்திரா, பாரதப் பிரதமர் இந்திரா காந்தி.

10. இந்திரா - எறும்பா, குருவியா?

1, சப்தர்ஜங் சாலை, புதுடெல்லி. நாற்பத்தெட்டு வயது புதிய பிரதமர் இந்திராவின் அதிகாரபூர்வ இல்லம். இளம் வயதிலேயே உயர்ந்த பதவி. அவருடைய ஒவ்வொரு அசைவுகளையும் உன்னிப்பாகக் கவனித்துக்கொண்டிருந்தது உலகம். நாடு முழுக்க இந்திரா குருவியா எறும்பா என்ற சர்ச்சைதான் உலவிக் கொண்டிருந்தது.

இத்தனை இளம் வயதில் பிரதமர் என்ற பதவி குருவித் தலையில் பனங்காயை வைப்பது போன்றது. பாரம் சுமக்க முடியாமல் திணறிவிடுவார் என்றது ஒரு குழு. இல்லையில்லை. மொரார்ஜி போன்ற பெரிய பெரிய யானைகளின் காதுகளில் புகுந்து இம்சிப்பதோடு மட்டுமில்லாமல் தந்திரமாக வெளியே வரக்கூடிய எறும்புதான் இந்திரா என்று எதிர்வாதம் செய்தது இன்னொரு குழு.

இதனால் தான் எடுத்து வைக்கும் ஒவ்வோர் அடியும் முக்கிய மானது என்பதை இந்திரா தெளிவாக உணர்ந்திருந்தார். முன்பைக் காட்டிலும் கூடுதல் கவனம். கூடுதல் பொறுப்பு. என்னதான் சிண்டிகேட் என்ற மூத்த தலைவர்களின் ஆதரவோடும் ஆசியோடும் பதவிக்கு வந்திருந்தாலும், இந்திராவுக்கு இளைய தலைமுறைத் தலைவர்கள் மீதுதான் அதீத நம்பிக்கை இருந்தது. இதற்காகவே இந்திரா தனக்கென்று ஒரு வட்டத்தை உருவாக்கி வைத்திருந்தார். இந்தர் குமார் குஜ்ரால், நந்தினி சத்பதி, உமர் ஷங்கர் தீட்சித், டி.பி. மிஷ்ரா மற்றும் தினேஷ் சிங் மற்றும் பலர்.

இவர்களில் தினேஷ் சிங், கலகான்கர் மன்னரின் வாரிசு. இந்திராவின் முதல் அமைச்சரவையில் ராஜாங்க அமைச்சராக நியமிக்கப்பட்டார். இந்திராவின் அமைச்சரவையில் பல மூத்த தலைவர்கள் அங்கம் வகித்தனர். ஆனால் இவருடைய நியமனம் எல்லோரையும் ஆச்சரியப்படுத்தியது. பதவியேற்ற சில மாதங்களிலேயே இந்திராவின் நெருங்கிய வட்டத்துக்குள் ஒருவராக எல்லோராலும் கவனிக்கப்பட்டார்.

'பிரதமர் இந்திராவுக்கு வருகின்ற அல்லது இந்திராவிடம் இருந்து வருகின்ற எந்தவொரு முக்கியமான செய்தியும் தினேஷ் சிங்கின் மூலமாகத்தான் நகரும்'

இந்திராவின் வாழ்க்கையில் புதிய இளைஞர் வந்திருப்பதாகப் பத்திரிகைகள் கிசுகிசுத்தன. சர்ச்சைகள் பெரிதான சமயத்தில் அவரை வெளியுறவுத் துறைக்கு மாற்றினாரே தவிர, பதவியை விட்டு நீக்கவில்லை.

•

கேரளாவில் அரிசி பஞ்சம். பஞ்சாபில் பிரிவினை கோஷம். தமிழகத்தில் மொழிப் போராட்டம். நாடு முழுக்க விலைவாசி உயர்வு. பஞ்சம். நாகாலாந்தில் தீவிரவாதம். 1965 யுத்தத்தின் போது, பாகிஸ்தானுக்கு உதவியதற்காக அமெரிக்காவுடன் உறவு பாதிப்பு.

பதவியேற்ற ஒருசில மாதங்களிலேயே ஆயிரத்தெட்டு பிரச்னை கள். உணவு தானியங்களைத் தன்னுடைய தேவைக்கு மேல் வைத்திருக்கும் மாநிலங்கள் பற்றாக்குறையில் தவிக்கும் மாநிலங்களுக்குத் தருவதற்குத் தயக்கம் காட்டின.

போதாக்குறைக்கு 1967-ம் ஆண்டுக்கான நாடாளுமன்றத் தேர்தல் நெருங்கிக் கொண்டிருந்தது. ஆட்சியைக் காட்டிலும் கட்சியைக் காப்பாற்றுவதையே முக்கியமான விஷயமாக நினைத்தார் இந்திரா. அதுதான் அப்போதிருந்த ஒரே வாய்ப்பு. சித்திரம் வரைவதற்கு சுவர் அவசியம்.

பிரதமர் வேட்பாளர்? இந்திராவே எல்லாம் என்று முடிவாகி விட்ட பிறகு கேள்விக்கே இடமில்லாமல் போனது. இந்தமுறை காங்கிரஸ் கட்சியின் தலைமை பிரசார பீரங்கி என்ற பொறுப்பை யும் கூடுதலாக ஏற்றுக்கொண்டார் அல்லது ஏற்றுக்கொண்டே ஆகவேண்டிய கட்டாயம். இதுதான் இந்திராவை மூத்த தலைவர் கள் அழைத்துவந்ததன் நோக்கமும்கூட.

நாடு முழுக்கப் பிரசாரம் செய்யப் புறப்பட்டார் இந்திரா. முதல் இரண்டு மாதங்களில் பதினைந்தாயிரம் மைல்கள் பிரசாரப் பயணம் மேற்கொண்ட இந்திரா, நூற்றுக்கணக்கான பொதுக் கூட்டங்களில் கலந்துகொண்டார். செல்லும் இடங்களில் எல்லாம் இந்திராவுக்கு நல்ல வரவேற்பு.

காந்திஜி வாழ்க! நேருஜி வாழ்க!

கூட்டம் கூடியதற்கான உண்மையான அர்த்தம் இந்திராவுக்குப் புரியத் தொடங்கியது. அதை அப்படியே சிந்தாமல் சிதறாமல் பயன்படுத்திக் கொள்வதற்குத் தயாராக இருந்தார் இந்திரா. தெருவோரங்களில் மேடை போட்டுப் பேசினார். வலியச் சென்று மக்களிடம் உரையாடினார். அவர் கைகளால் சாப் பிட்டதைக்கூட பொதுமக்கள் ஆச்சரியத்துடன் பார்த்தனர். அவர் பிரயோகம் செய்த வார்த்தைகள் மக்களுக்கு அவர்மீதான நம்பிக்கையை அதிகரித்தன.

நாடு முழுக்க எல்லாத் தொகுதிகளுக்கும் வேட்பாளர்கள் அறிவிக்கப்பட்டனர், ஒரேயொரு தொகுதியைத் தவிர. ரேபரேலி தொகுதி. இந்திராவின் கணவர் ஃபெரோஸ்காந்தியை நாடாளுமன்றத்துக்கு அனுப்பி வைத்த தொகுதி. முதன்முறை யாக நாடாளுமன்றத் தேர்தலில் போட்டியிடுவதால், அந்தத்தொகுதி பாதுகாப்பானதாக இருக்கும் என்று திடமாக நம்பினார் இந்திரா. ஆகவே, ரேபரேலியைத் தேர்வு செய்தார்.

தவிரவும், ரேபரேலியில் கணவர் ஃபெரோஸுக்காக ஐம்பது களில் நடந்த தேர்தலின்போது சூறாவளி சுற்றுப்பயணம்

செய்திருந்ததால், தொகுதி மக்களுக்குத் தனிப்பட்ட முறையில் நன்றாக அறிமுகம் ஆகியிருந்தார் இந்திரா.

‘என்னுடைய குடும்பம் நான்கைந்து நபர்களை உள்ளடக்கியது அல்ல. கோடிக்கணக்கான நபர்களைக் கொண்டது. என்னுடைய சுமைகளோடு ஒப்பிட்டுப் பார்த்தால் உங்களுடைய சுமைகள் எல்லாம் வெகு சொற்பம். வறுமையின் பிடியில் சிக்கியவர்கள்தான் என் குடும்பத்தின் பெரும்பாலான அங்கத்தினர்கள். அவர்கள் அத்தனைபேருமே வெவ்வேறு சாதிகளை, மதங்களை, வாழ்க்கைமுறைகளைக் கடைப்பிடிப்பவர்கள். அவ்வப்போது சண்டை சச்சரவுகளில் ஈடுபடக்கூடியவர்கள். அவர்களைச் சமாதானப்படுத்துவது என்னுடைய வேலை. வலிமை குறைந்தவர்களை வலிமை மிகுந்தவர்களிடம் இருந்து பாதுகாக்கும் மிகப்பெரிய பொறுப்பு என்னுடையது’

இந்திராவின் வார்த்தைகள் மக்களின் மனங்களைக் கொள்ளையடித்தன. வாக்குகளை வசீகரித்தன. இந்திராவின் பேச்சுகள் எல்லாமே உணர்வு ரீதியாக இருந்தன. கொள்கைகள். எதிர்காலத் திட்டங்கள். வளர்ச்சித்திட்டங்கள், வாக்குறுதிகள் என்று எதுவும் சொல்லத்தகுந்த அளவில் இல்லை.

ஒரிஸா மாநிலம் புவனேஸ்வரில் தேர்தல் பிரசாரக்கூட்டம் ஒன்றுக்கு ஏற்பாடு செய்யப்பட்டிருந்தது. அந்தப் பகுதியில் ராஜாஜி தலைமையிலான ஸ்வதந்தரா கட்சி வலுவாக இருந்தது. மேடையில் வேட்பாளர், கட்சிப்பிரமுகர்கள் சூழ்ந்திருக்க, நடுநாயகமாக இந்திரா. பேச எழுந்தார். அவ்வளவுதான்.

மேடையை நோக்கிக் கற்கள் பாய்ந்து வந்தன. கூட்டத்துக்குள் கலந்திருந்த ஸ்வதந்தரா கட்சியினரின் கைங்கர்யம் என்பதை மேடையில் இருந்தவர்களால் புரிந்துகொள்ள முடிந்தது. சீறி வந்த கற்கள் பாதுகாவலரின் மண்டையைப் பிளந்தது. செய்தியாளர் ஒருவருடைய காலையும் பதம் பார்த்தது.

‘பேசாதே.. நிறுத்து. இல்லாவிட்டால் கற்கள் வந்துகொண்டே இருக்கும்’

ம்ஹூம். இந்திரா மசியவில்லை. நிறுத்தாமல் பேசிக்கொண்டு இருந்தார். ஒருகட்டத்தில் கல்வீச்சு எல்லைமீறிப் போகவே பேச்சை முடித்துக்கொண்டு அமர்ந்தார் இந்திரா.

கல்வீச்சு நிறுத்தப்பட்டது. இடைவெளி விட்டு அடுத்த நபர் பேச எழுந்தபோது, கல்வீச்சுக்காரர்களும் எழுந்துகொண்டனர். மீண்டும் மேடையை கற்கள் ஆக்ரமிக்கத் தொடங்கின.

நாற்காலியைவிட்டு வேகமாக எழுந்த இந்திரா, மைக்கைப் பிடுங்கினார்.

'ஏன் இப்படி முட்டாள்தனமாக நடந்துகொள்கிறீர்கள்? கல்வீசியும் வன்முறை செய்தும்தான் நாட்டை உருவாக்கப் போகிறீர்களா? நீங்கள்தான் நிஜமான வாக்காளர்களா?'

மின்னல் வேகத்தில் வந்த கல் ஒன்று இந்திராவின் முகத்தைப் பதம் பார்த்தது. கைகளால் முகத்தை மூடினார். ரத்தம் கை விரல்களின் வழியே கசிந்தது. கற்கள் மூக்கின் மீதும் மோதி யிருந்ததால் லேசான எலும்புமுறிவு வேறு.

மறுநாள் வெளியான செய்தித்தாள்களின் முகப்பில் இந்திராவின் முகம்தான் பிரதானமாக இடம்பெற்றிருந்தன. நாடு தழுவிய அளவில் இந்திரா மீது அனுதாப அலை. இதைத்தான். இதைத் தான் காங்கிரஸ் தலைவர்கள் எதிர்பார்த்திருந்தனர். போதாக் குறைக்கு அடுத்தடுத்த பிரசாரக் கூட்டங்களில் எல்லாம் தலையில் கட்டு, மூக்கில் ஸ்டிக்கர் சகிதமே காணப்பட்டார்.

அரசியல் தலைவர்களின் வீடுகளில் இருந்து புறப்பட்ட சராசரியான, பயந்தாங்கொள்ளி பெண் அரசியல்வாதி தான் அல்ல, நான் வேறு ஜாதியைச் சேர்ந்தவள் என்பதை மறை முகமாகத் தெரிவித்தார் இந்திரா.

தேர்தல் முடிந்தது. முடிவுகள் வெளியாகின. அதிர்ச்சி. முந்தைய தேர்தலைக் காட்டிலும் 95 இடங்கள் பறிபோயிருந்தன. கூடுதலாக, கடந்தத் தேர்தலைக் காட்டிலும் நான்கு சதவிகித வாக்குகள், காங்கிரஸ் கட்சிக்குக் குறைவாகக் கிடைத்திருந்தன. ஆனாலும் மொத்தமுள்ள 520 தொகுதிகளில் வெறும் 283 தொகுதிகள் காங்கிரஸ் கட்சிக்குக் கிடைத்திருந்தன.

தொகுதிகள் பெருவாரியாகக் குறைந்தது கட்சிக்குள் பலத்த அதிர்வுகளை ஏற்படுத்தியது. ஆளுக்கொரு கருத்தைக் கூறினர். சிலர் இந்திரா என்ற சின்னப்பெண்ணை முன்னிறுத்தியது தவறு என்றனர். மூத்த தலைவர்கள் புறக்கணிக்கப்படாமல் இருந் திருந்தால், இத்தனை பெரிய இழப்புகள் நேர்ந்திருக்காது என்றொரு வாதம் முன்வைக்கப்பட்டது.

மாநில சட்டமன்றங்களுக்கான முடிவுகளிலும் காங்கிரஸ் கட்சிக்குப் பலத்த அடி விழுந்திருந்தது. கேரளாவில் தோல்வி. தமிழ்நாட்டில் படுதோல்வி. ஒரிஸா, மேற்கு வங்காளம், பிஹார், உத்தரப் பிரதேசம், ராஜஸ்தான் என தேர்தல் நடைபெற்ற எல்லா மாநிலங்களும் பலத்த மற்றும் லேசான சரிவுகள்.

எல்லாவற்றுக்கும் இந்திரா சொன்ன ஒரே பதில் இதுதான்.

'மத்தியில் மீண்டும் காங்கிரஸ் ஆட்சி. கவலை வேண்டாம்.'

ஆட்சியமைக்கும் அளவுக்கு காங்கிரஸ் கட்சி, உறுப்பினர் களைப் பெற்றிருந்தது. ரேபரேலி மக்கள் இந்திராவை அபரி மிதமான வாக்குகள் வித்தியாசத்தில் வெற்றி பெறச் செய்திருந் தனர். இந்திராவின் பரம வைரியான மொரார்ஜியும் வெற்றி பெற்றிருந்தார். இதனால் பிரதமர் பதவிக்கு மீண்டும் போட்டி உருவாகும் சூழல்.

'நான் போட்டியிடுவது உறுதி. முடிவு ஆண்டவன் கைகளில்' என்று சொல்லிவிட்டார் மொரார்ஜி.

காமராஜ் பேச்சுவார்த்தை நடத்தினார். பலன் கிடைத்தது. நல்லது. நான் போட்டியிலிருந்து விலகிக் கொள்கிறேன். அதற்குப் பதிலாகத் துணைப்பிரதமர் பதவியும் உள்துறை அமைச்சகமும் வேண்டும்'

'முடியவே முடியாது. தெளிவாகச் சொல்லிவிடுங்கள்' சத்தம் போட்டுப் பேசினார் இந்திரா. காமராஜ் உள்ளிட்ட தலைவர் களுக்கு என்ன பதில் சொல்வது என்றே தெரியவில்லை. அமைதியாக இருந்தனர். மீண்டும் இந்திராவே பேசினார். 'வேண்டுமானால் அமைச்சரவையில் எனக்கடுத்த இடத்தில் தேசாயை வைக்கலாம். ஆனால் உள்துறை அமைச்சகத்துக்கு வாய்ப்பில்லை'

●

மார்ச் 11, 1967. தேசாயும் இந்திராவும் பரஸ்பரம் சந்தித்துப் பேசினர்.

'சொல்லுங்கள் தேசாய்ஜி. என்ன எதிர்பார்க்கிறீர்கள்?'

'எதிர்க்கட்சிக்காரர்கள் சிறந்த பேச்சாளர்கள். தேர்ந்த அரசியல் வாதிகள்.'

'இருக்கட்டுமே'

'அவர்களுடைய கேள்விகளுக்குப் பதில் சொல்லும் அளவுக்கு உங்களுக்கு அரசியல் அனுபவம் இல்லை'

'அப்படித்தான் நினைக்கிறீர்களா?'

'ஆம், உங்களை விட சிறப்பான முறையில் அவர்களை என்னால் எதிர்கொள்ளமுடியும். என்னால் மாத்திரமே முடியும். முக்கிய மாக உங்களுக்கு என்னால் நன்மைதான் கிடைக்கும்'

'சரி, துணைப்பிரதமராவதில் பிரச்னை இல்லை. ஆனால் நிதித்துறைதான் தரமுடியும்'

'நல்லது இந்திரா. என்னுடைய ஆசிகள் உனக்கு எப்போதும் உண்டு.

●

அமைச்சரவைப் பட்டியலைத் தயாரிப்பதில் முனைப்புடன் இருந்தார் இந்திரா. ஆனால் காமராஜோ, தேசாயோ இந்திராவின் அருகில் இல்லை அல்லது அவர்களை அருகில் வைத்துக் கொள்ள இந்திரா விரும்பவில்லை. தன்னுடைய சுய விருப்பத்தின்படியே நபர்களைத் தேர்வு செய்தார்.

ஒய்.பி. சவானுக்கு உள்துறை, ஜெகஜீவன் ராமுக்கு உணவு மற்றும் விவசாயத்துறை, ஃபக்ருதீன் அலி அகமதுவுக்கு தொழில்வளர்ச்சி, தினேஷ் சிங்குக்கு வர்த்தகம் என்று தன்னுடைய அமைச்சரவை பட்டியலை அமைத்தார். இந்திராவின் தன்னிச்சையான முடிவு, 'அவர் தயாராகிவிட்டார், எதையும் சமாளிக்க' என்பது மூத்த தலைவர்களுக்குப் புரியத் தொடங்கியது.

பத்து அம்சத்திட்டம். இந்திரா இரண்டாவது முறையாக ஆட்சி அமைத்ததும் எடுத்து வைத்த அதிரடி திட்டம் இது. வங்கிகளைக் கட்டுப்படுத்துவது, தனியார் ஏகபோகத்தை ஒழிப்பது, ஆயுள் காப்பீட்டை தேசிய மயமாக்குவது, சொத்து விவகாரங்களில் வரையறைகள், மன்னர்களுக்கான மானிய ஒழிப்பு, உணவு ஏற்றுமதியில் கட்டுப்பாடு என்று மொத்தம் பத்து அம்சங்கள். ஒட்டுமொத்த இந்தியாவையும் இந்திராவை நோக்கித் திரும்பிப் பார்க்க வைத்த திட்டங்கள். இந்தியாவின் இன்றியமையாத தேவை பசுமைப்புரட்சி என்ற இந்திராவின் அறிவிப்பு, நிஜமான புரட்சித்திட்டமாக மக்களால் பார்க்கப்பட்டது.

இந்திராவின் அதிரடி நகர்வுகள் எதையுமே மொரார்ஜி ரசிக்க வில்லை. தவிரவும், தன்னை அலங்கார பொம்மைபோல நடத்த முயல்கிறாரோ என்ற சந்தேகம் மொரார்ஜிக்கு வந்தது. என்ன செய்தால் இந்திரா வீழ்வார் என்று சிந்தித்துக் கொண்டிருந்தார்.

நவம்பர் 13, 1968. சிறிய அளவிலான கார் ஒன்றைத் தயாரிப்பதற் கான உரிமை தனக்கு வேண்டும் என்று விண்ணப்பம் செய்திருந்தார் சஞ்சய்காந்தி. காரின் விலை ஆறாயிரம் மட்டுமே இருக்கும் என்பதுதான் அந்தத் திட்டத்தின் சிறப்பம்சம். இத்தனை குறைவாக விலை இருப்பதால் மக்கள் மத்தியில் தன்னுடைய 'மக்கள் காருக்கு' அபரிமிதமான வரவேற்பு கிடைக்கும் என்பது சஞ்சயின் கணிப்பு.

சஞ்சயின் விண்ணப்பத்தோடு டொயாட்டா, மோரிஸ், மஸ்தா போன்ற நிறுவனங்களும் விண்ணப்பம் அளித்திருந்தன. ஆனால், சஞ்சயின் மக்கள் கார் பற்றிய செய்திகளே பத்திரிகை களை ஆக்ரமித்திருந்தன. அனுபவமே இல்லாத சஞ்சயின் நிறுவனத்துக்குத்தான் உரிமம் கிடைக்கப்போகிறது என்பது வெளிப்படை. ஆனாலும் எல்லாமே 'முறைப்படி' நடக்கும் என்று அறிவித்திருந்தது மத்திய அரசு.

ஐம்பதாயிரம் மலிவு விலை கார்கள் தயாரிக்க மாருதி நிறுவனத் துக்கு அனுமதி அளிக்கப்பட்டது. ஆம். சஞ்சய் தயாரிக்க இருந்த காரின் பெயர் மாருதி. விதிகளை மீறி உரிமம் வழங்கப்பட்டதாக, ஜார்ஜ் ஃபெர்ணாண்டஸ், ராஜ் நாராயண் உள்ளிட்டோர் பலத்த கண்டனங்களைப் பதிவு செய்தனர். எல்லாவற்றுக்கும் இந்திரா அளித்த பதில் இதுதான். 'விரக்தியின் வெளிப்பாடு. விட்டுத் தள்ளுங்கள்'

●

குடியரசுத் தலைவர் ராதாகிருஷ்ணனின் பதவிக்காலம் முடிவடைய இருந்ததால், அடுத்த தலைவர் யார் என்ற கேள்வி எழுந்தது. இந்திரா என்ன முடிவெடுக்கப் போகிறார் என்பதுதான் சிண்டிகேட் தலைவர்களின் கவலையாக இருந்தது. இந்தத் தேர்தலின் மூலம் தன்னுடைய நிஜபலத்தை மற்ற தலைவர்களுக்குப் புரியவைக்க வேண்டும் என்பதில் உறுதியாக இருந்தார் இந்திரா.

'ராதாகிருஷ்ணன்தான் மீண்டும் குடியரசுத் தலைவராக வேண்டும்' இது மொரார்ஜியின் வாதம். 'வாய்ப்பே இல்லை. கல்வியாளர் ஜாகிர் உசேனைத் தேர்வுசெய்ய வேண்டும்' என்பது இந்திராவின் நிலைப்பாடு. போட்டி கடுமையாக இருந்தது. இறுதி வெற்றி இந்திராவுக்கே. அவர் நிறுத்திய ஜாகிர் உசேன் குடியரசுத் தலைவர் மாளிகைக்குச் சென்றார். மொரார்ஜி உள்ளிட்ட தலைவர்கள் இந்திராவின் ஆளுமை குறித்து முதன்முதலாக அஞ்சத் தொடங்கியது அந்தப் புள்ளியில் இருந்துதான்!

11. மனசாட்சி என்றொரு ஆயுதம்

நேரு பிரதமராக இருந்தபோதே அவருடன் உலக நாடுகள் பலவற்றுக்கும் சென்று தலைவர்கள் பலருக்கும் நன்றாக அறிமுகமாகியிருந்தார் இந்திரா. தற்போது அந்த உறவை, அதிகாரம் கைக்கு வந்திருக்கும் சமயத்தில் புதுப்பிப்பதோடு மேலும் வலுப்படுத்திக் கொள்ளவேண்டும் என்பதற்காக, பல நாடுகளுக்கும் அரசுமுறை சுற்றுப்பயணம் செய்வதில் ஆர்வம் செலுத்தத் தொடங்கினார் இந்திரா.

முதலில் இலங்கை, சோவியத் யூனியன், போலந்து, யுகோஸ்லோவியா, பல்கேரியா உள்ளிட்ட நாடு களுக்குப் பயணம் செய்த இந்திரா, அடுத்த கட்டமாக சிங்கப்பூர், மலேசியா, ஆஸ்திரேலியா என்று சர்வ நாடுகளுக்கும் சென்றார். எங்கெல்லாம் சென்றாரோ அங்கெல்லாம் தன்னுடைய முத்திரையைப் பதிப்பதில் ஆர்வம் செலுத்தினார்.

அண்டோனியோ மெய்னோ. பதினெட்டு வயதே ஆன இத்தாலியப் பெண். கேம்பிரிட்ஜ் பல்கலையில் படித்தபோது இவரும் இந்திராவின் மூத்த மகனும் காதலில் விழுந்தனர். மூன்று ஆண்டுகளுக்கு முன்பே அண்டோனியாவை நன்றாகத் தெரிந்து வைத்திருந்தார் இந்திரா. ஆகவே, அவர்களுடைய காதலுக்கும் திருமணத்துக்கும் இந்திராவின் ஆசி இருந்தது.

திருமணம் என்று முடிவு செய்ததும் உடனடியாக இந்தியா அழைத்துவரப்பட்டார் அண்டோனியா. இந்திரா அவரை தன்னுடைய குடும்ப நண்பரின் இல்லத்தில் தங்க வைத்தார். நண்பரின் பெயர், ஹரிவன்ஸ்ராய் பச்சன். (இந்தி சினிமா நட்சத்திரம் அமிதாப்பச்சனின் தந்தை). சில நாள்களில் ராஜிவ் - அண்டோனியா இருவருக்கும் திருமணம் நடைபெற்றது. அண்டோனியோவுக்குக் கிடைத்த புதிய பெயர் சோனியா.

•

இந்திராவின் பலத்தை காங்கிரஸ் கட்சியின் மூத்த தலைவர் களுக்கு அதிரடியாக உணர்த்துவதற்கு உபயோகமாக இருந்த இந்தியக் குடியரசுத் தலைவர் ஜாகிர் உசேன் மே 3, 1969 அன்று மரணம் அடைந்தார். மீண்டும் இந்திய அரசியல் களம் சூடுபிடித்தது.

அடுத்த குடியரசுத் தலைவர் யார்? கேள்விக்கான பதிலைத் தயாராகவே வைத்திருந்தனர் ஆட்சி மன்றக்குழுவில் இருந்த மொரார்ஜி மற்றும் அகில இந்திய காங்கிரஸ் தலைவராக இருந்த நிஜலிங்கப்பா தலைமையிலான சிண்டிகேட் தலைவர்கள். சக்தி வாய்ந்த சபாநாயகராகப் பணியாற்றிக் கொண்டிருந்த சஞ்சீவ ரெட்டியை குடியரசுத் தலைவராக்கிவிட்டால் இந்திராவை சுலபமாகச் சமாளித்துவிடலாம் என்பது அவர்கள் போட்ட கணக்கு.

சஞ்சீவ ரெட்டி பெயரை மொரார்ஜி அண்ட் கோ முன்வைத்த உடனேயே இந்திராவுக்கு எரிச்சலாக இருந்தது. தன்னுடைய கருத்துகளுக்கு மதிப்பு கொடுக்கக்கூடிய தலைவர் அல்ல என்பதுதான் சுணக்கத்துக்குக் காரணம். மீண்டும் ஒரு பலப் பரீட்சை. சமயோசிதமாகச் சிந்தித்த இந்திரா, ஆதிதிராவிட மக்களின் ஏகோபித்த பிரதிநிதியாகக் கருதப்பட்ட ஜெகஜீவன் ராமை குடியரசுத் தலைவர் பதவிக்கு நிறுத்துவதாக அறிவித்தார்.

நாட்டின் பிரதமரா அல்லது கட்சியின் தலைவரா? யார் பெரியவர் என்ற போட்டி தொடங்கியது. ஜெகஜீவன்ராமை நிறுத்துவது என முடிவு செய்துவிட்டாரே ஒழிய வெற்றி வாய்ப்பு அத்தனை பிரகாசமாக இல்லை. அதேசமயம் சஞ்சீவ ரெட்டியை நிறுத்து வதில் தனக்கு அதிருப்தி இருப்பதாக வெளிப்படையாகவே சுட்டிக்காட்டினார் இந்திரா.

ஒருகட்டத்தில் ஜெகஜீவன் ராமை போட்டியிலிருந்து விலக்கிக் கொள்வது என்று முடிவு செய்தார் இந்திரா. அத்தோடு நில்லாமல், குடியரசுத் தலைவர் தேர்தலில் சஞ்சீவ ரெட்டியை முன்மொழிந்து கையெழுத்திட்டார். ஆனாலும் அதிருப்தி மட்டும் அவரிடம் இருந்து அகலவில்லை.

•

'என்னுடைய பதவியை ராஜினாமா செய்துவிட்டு, சுயேச்சை யாகத் தேர்தலில் நிற்கப் போகிறேன்'.

குடியரசுத் துணைத் தலைவராக இருந்த வி.வி. கிரி விடுத்த அறிவிப்பு, அனைத்து காங்கிரஸ் தலைவர்களையும் அசைத்துப் பார்த்தது. திடீர் திருப்பம். யாரும் எதிர்பார்த்திராதது. ஆனால் இந்திராவின் தூண்டுதல் வி.வி. கிரியை களத்தில் இறக்கியிருக்கிறது என்று சந்தேகப்பட்டனர் சிண்டிகேட் தலைவர்கள். எங்கே வாக்குகள் பிரிந்து சஞ்சீவ ரெட்டி தோற்றுவிடுவாரோ என்ற பயத்தில் காங்கிரஸ் தலைவர் நிஜலிங்கப்பா, ஜனசங்கம் மற்றும் ஸ்வதந்தராக் கட்சியின் தலைவர்களிடம் சென்று ஆதரவு கோரினார். அவ்வளவுதான். ஆத்திரத்தில் முகம் சிவந்துவிட்டது இந்திராவுக்கு. 'சஞ்சீவ ரெட்டிக்கு என்னுடைய ஆதரவு கிடையாது. உறுப்பினர்கள் அவரவர் மனசாட்சி சொல்வதற்கு ஏற்ப வாக்களிக்கலாம்' என்று அறிவித்தார் இந்திரா.

அரசியல் வட்டாரத்தில் இந்திராவின் முடிவு அதிர்ச்சி அலைகளை ஏற்படுத்தியது. என்ன செய்வது என்று தெரியாமல் திக்குமுக்காடிப் போனார்கள் சிண்டிகேட் தலைவர்கள்.

வி.வி.கிரியின் பிரவேசம் அவர்களுக்குள் கிலியை ஏற்படுத்தி யது. தேர்தல் முடிந்தது. இந்திராவின் மனசாட்சி ஃபார்முலா அற்புதமாக விளையாடியிருந்தது. ஆம். சஞ்சீவ ரெட்டி தோல்வியைத் தழுவ, இந்திராவின் மறைமுக ஆதரவோடு

வி.வி. கிரி குடியரசுத் தலைவராகத் தேர்வு செய்யப்பட்டார். அரசியல் சதுரங்கத்தில் தன்னால் எப்படி வேண்டுமானாலும் காய்களை நகர்த்தமுடியும் என்று நிரூபித்தார் இந்திரா.

•

சிண்டிகேட் தலைவர்கள் எண்ணெயில் போட்ட கடுகாக உரு மாறியிருந்தனர். 'போயும் போயும் ஒரு பெண்ணிடம் தோற்றிருக்கிறோம். அதுவும் கட்சியின் அதிகாரபூர்வ வேட்பாளரைத் தோற்கடிக்கச் செய்திருக்கிறார். இதை இப்படியேவிட்டால் கட்சி நாசமாகிவிடும். உடனடியாக இந்திரா மீது நடவடிக்கை எடுக்க வேண்டும்.'

சீறித்தள்ளினர் தலைவர்கள். ஆனால் இந்திரா என்ற ஆபத்தான பூனையின் கழுத்தில் யார் மணிகட்டுவது? எல்லோருமே பின்வாங்கினர். துணிச்சலாகச் சொன்னார் நிஜலிங்கப்பா. 'நான் கட்டுகிறேன்'. உடனடியாக இந்திராவுக்குப் பகிரங்கக் கடிதம் ஒன்றை எழுதினார் நிஜலிங்கப்பா. 'கட்சிக்குள் தனிநபர் வழி பாட்டை ஏற்றுக்கொள்ளமுடியாது. அதற்குக் காரணமானவர் களை ஊக்குவிப்பது கட்சியின் நலனுக்கும் எதிர்காலத்துக்கும் குந்தகம் ஏற்படுத்துவது போலாகிவிடும்'

கடிதத்தைப் படித்துமுடித்த இந்திரா வெறுமனே புன்னகை செய்தார். இடுக்கண் வருங்கால் நகுக. சிக்கல் இப்போது காங்கிரஸ் கட்சிக்கு.

•

நவம்பர் 1, 1969. புது டெல்லியின் ஜந்தர் மந்தர் சாலையில் இருக்கும் அகில இந்திய காங்கிரஸ் தலைமை அலுவலகம். காங்கிரஸ் கட்சியின் காரிய கமிட்டிக் கூட்டம் நடைபெறும் என்று கட்சித் தலைவர் நிஜலிங்கப்பா அறிவித்திருந்ததால், கட்சியினர் திரண்டிருந்தனர். சில நிமிடங்களில் கூட்டம் தொடங்கியது. அதிகபட்சம் பத்து உறுப்பினர்கள்கூட இல்லை. ஆனாலும் கூட்டம் நடந்தது.

நவம்பர் 1, 1969. புதுடெல்லியின் இருக்கும் சப்தர்ஜங் சாலை. இந்திராவின் இல்லத்தில் காங்கிரஸ் கட்சியின் பல முக்கியத் தலைவர்கள் குழுமி இருந்தனர். தொண்டர்களும் பஞ்ச மில்லாமல் நிரம்பியிருந்தனர். முக்கிய முடிவை எடுப்பதற்காக

அழைத்திருக்கிறார்கள் என்று எல்லோருமே பேசிக் கொண்டனர்.

இங்கு காங்கிரஸ் கட்சியின் காரியகமிட்டிக் கூட்டத்துக்கு அழைப்பு விடுத்தவர் இந்திரா.

ஒரே நாளில் இரண்டு காரிய கமிட்டிக் கூட்டங்கள். காங்கிரஸ் கட்சி இரண்டாக உடைந்திருப்பது அப்பட்டமாகத் தெரிந்தது. இந்திரா பேசினார். 'நடந்து கொண்டிருப்பது கருத்துமோதல். தனிநபர்களுக்கு இடையே வேறு எந்த மோதலும் கிடையாது. இருவேறு பார்வைகளுக்கும் இருவேறு குணங்களுக்கும் இடையே ஏற்பட்டுள்ள குழப்பம். காங்கிரஸ் கட்சியின் கொள்கைகளை எப்படி அமல்படுத்துவது என்பதில் ஏற் பட்டுள்ள குழப்பம். அனைவருக்கும் உரிமை அளிக்கக்கூடிய வகையிலும் ஜனநாயகத்தைப் பேணும் வகையிலும் செயல் படுபவர்களுக்கும் பழைய சித்தாந்தங்களையும் வீண்பிடிவாதங் களையும் கொண்டுள்ளவர்களுக்கும் இடையே ஏற்பட்டிருக்கும் கருத்துமோதல்'

அவ்வளவுதான். சிண்டிகேட் பற்றிக்கொண்டது. இறுதி யுத்தத் துக்குத் தயாரானார் நிஜலிங்கப்பா. 'மூத்த தலைவர்களை சீண்டிப் பார்க்கவேண்டாம். விபரீத முடிவுகளை எடுக்கும் நிலைக்கு எங்களைத் தள்ளிவிட வேண்டாம்'

பதில் சொன்னார் இந்திரா. 'நல்ல விஷயங்களை பரிபூரணமாக ஆதரிக்கிறேன். கெட்ட விஷயங்களை தயவுதாட்சண்யமின்றி நிராகரிக்கிறேன்'

அக்டோபர் 28, 1969. அறிவிப்பை வெளியிட்டார் நிஜலிங்கப்பா. 'கட்சியின் விதிமுறைகளை மீறிவிட்டார் இந்திரா. கட்சியின் தலைமைக்குக் கட்டுப்பட்டு நடக்கவில்லை. ஆகவே, காங்கிரஸ் கட்சியின் அடிப்படைப் பொறுப்பு உள்ளிட்ட அனைத்து பொறுப்புகளில் இருந்தும் அவர் நீக்கப்படுகிறார். மேலும், விரைவில் காங்கிரஸ் கட்சியின் நாடாளுமன்றக் குழுவுக்கு வேறொரு தலைவர் விரைவில் தேர்வு செய்யப் படுவார்.'

வேறொரு தலைவர் என்றால்? இந்திராவிடம் இருந்து பிரதமர் நாற்காலி பிடுங்கப்படுகிறது என்று அர்த்தம். ஏதாவது செய்தே ஆகவேண்டும். இந்திராவின் ஆதரவாளர்கள் விம்மி

வெடித்தனர். எல்லோரையும் ஆசுவாசப்படுத்துவதுபோல கையசைத்தார் இந்திரா. 'இனி பொறுப்பதற்கில்லை. பிரிவோம். தேர்தலில் சந்திப்போம்'

●

காங்கிரஸ் என்ற ஆலமரம் இரண்டு கிளைகளாகப் பிரிந்தது. இந்திரா தன்னுடைய தலைமையிலான காங்கிரஸை காங்கிரஸ் (ஆர்) என்று அறிவித்தார். சிண்டிகேட் தலைவர்கள் தங்களுடைய பிரிவுக்கு காங்கிரஸ் (ஓ) என்று பெயர் வைத்துக் கொண்டனர்.

'ஆட்சி நடத்துவதற்குத் தேவையான உறுப்பினர்கள் ஆதரவு இந்திராவுக்கு இல்லை' முதல் குண்டை வீசினர் காங்கிரஸ் (ஓ) தலைவர்கள். அதுதான் உண்மையும்கூட. கொஞ்சமும் தாமதிக் காமல் உடனடியாக நாடாளுமன்றத்தில் நம்பிக்கையில்லாத் தீர்மானம் கொண்டு வரப்பட்டது.

மற்ற கட்சித் தலைவர்களை தொடர்பு கொண்ட இந்திரா, தனக்கான ஆதரவு வட்டத்தை பெரிதாக்கி வைத்திருந்தார். குறிப்பாக, இந்திய கம்யூனிஸ்டு கட்சி மற்றும் திராவிட முன்னேற்றக் கழகம் ஆகியவற்றுடன் பேச்சுவார்த்தை நடத்தி யிருந்தார். சில சுயேச்சைகளும் இந்திராவுக்கு ஆதரவு தெரிவித் திருந்தனர்.

வாக்கெடுப்பு நடத்தப்பட்டது. இந்திராவின் பக்கம் 220 உறுப்பினர்கள் இருந்தனர். நம்பிக்கையில்லாத் தீர்மானம் தோல்வியைத் தழுவியது. இந்திராவின் நாற்காலியை அசைக்கத் திராணியற்று ஓய்ந்தது காங்கிரஸ் (ஓ).

ஆட்சியின் பலத்தை நிரூபித்த இந்திரா, கட்சியிலும் தான் பலத்துடன் இருப்பதை நிரூபிக்க விரும்பினார். காங்கிரஸ் கட்சியின் காரிய கமிட்டிக் கூட்டத்துக்கு அழைப்பு விடுக்கப் பட்டது. மொத்தமுள்ள 705 உறுப்பினர்களில் 446 பேர் கலந்து கொண்டனர். இந்திராவின் அபரிமிதமான செல்வாக்கு பட்டவர்த்தனமானது.

'நானும் சரி, என்னுடைய குடும்பமும் சரி, காங்கிரஸ் கட்சியின் வளர்ச்சிக்காகவே எங்களை ஈடுபடுத்திக் கொண்டு வந்துள்ளோம். அப்படிப்பட்ட என்னை

கட்சியில் இருந்து நீக்கவேண்டும் என்று சிண்டிகேட் தலைவர்களுக்குத் தோன்றியது எப்படி என்பதை நினைத்துப் பார்த்தால் புதிர் மட்டுமே மிஞ்சுகிறது.'

இந்திராவின் கண்களில் இருந்து நீர் வழிந்தது.

●

அதிரடிகள் தொடங்கின. முதல் காரியமாக அமைச்சரவை என்ற சீட்டுக்கட்டைக் கொஞ்சம் கலைத்து மாற்றுவது என்று முடிவுசெய்தார் இந்திரா.

ஒய்.பி. சவானை பதவியில் இருந்து நீக்கிய இந்திரா, அவர் வசம் இருந்த உள்துறையை தன்வசப்படுத்திக்கொண்டார். அந்தத் துறையின் கீழ் இயங்கும் இண்டலிஜென்ஸ் பீரோவை (IB) இரண்டாகப் பிரித்தார். உள்நாட்டு உளவுப்பிரிவை இண்டலிஜென்ஸ் பீரோவிலும் வெளிநாட்டு உளவுப்பிரிவுக்கு ரிசர்ச் அண்ட் அனாலிசிஸ் விங் (RAW) என்ற அமைப்பை உருவாக்கி அதிலும் சேர்த்தார். பிரித்து பிரதமர் அலுவலக நிர்வாகத்தின்கீழ் கொண்டுவந்தார். உள்நாட்டு உளவுப்பிரிவை உள்துறை அமைச்சகத்தின் கட்டுப்பாட்டிலேயே வைத்தார்.

என்னதான் வலுவுள்ளவராகத் தெரிந்தாலும் மற்ற கட்சிகளின் துணையோடு ஆட்சியை நடத்துவதில் இந்திராவுக்குக் கொஞ்சம்போலத் தயக்கம். பேசாமல் நாடளுமன்றத்தைக் கலைத்துவிட்டுத் தேர்தலைச் சந்திக்கும் முடிவுக்கு வந்தார். அந்த முடிவுக்கு வலுசேர்ப்பதுபோல, கேரள மாநில சட்ட மன்றத்தில் காங்கிரஸ் கட்சிக்கும் கம்யூனிஸ்டு கட்சிக்கும் இடையே உடன்பாடு ஏற்பட்டு, கம்யூனிஸ்ட் கட்சி ஆட்சியைப் பிடித்திருந்தது. அந்த உற்சாகத்தில் நாடாளு மன்றத்தைக் கலைத்துவிட்டு தேர்தலைச் சந்திக்கத் தயார் என அறிவித்தார்.

இதற்காகவே காத்துக்கொண்டிருந்தவர்கள்போல, ஸ்வதந்தராக் கட்சி, ஜனசங்கம் போன்றவை இந்திராவுக்கு எதிராகக் களத்தில் இறங்கின. மகா கூட்டணி என்ற பெயரில் தேர்தலைக் கூட்டாக எதிர்கொண்டன. வரும் தேர்தலில் நீங்கள் எதைச் சொல்லி வாக்கு கேட்கப் போகிறீர்கள்? என்று செய்தியாளர்கள் கேட்டனர். அப்போது இந்திரா தெளிவாகப் பதில் சொன்னார்.

'இந்திரா காந்தி.'

இது எதிர்கட்சியினரை ஒருநிமிடம் ஸ்தம்பிக்க வைத்தது. ஆனாலும் சுதாரித்துக் கொண்டவர்கள், இந்திராவின் பாணி யிலேயே அவருக்குப் பதில் கொடுக்க விரும்பினர்.

'இந்திராவை வெளியேற்றுவோம்.'

இதுதான் எங்களுடைய தேர்தல் கோஷம்.

கொம்பு சீவப்பட்ட இரண்டு காளைகளும் மோதிக்கொள் வதற்குக் களம் தயாரானது.

12. பங்களாதேஷ் பராக்

தான் எழுத இருக்கும் அக்னிப் பரீட்சைக்கு இந்திரா எடுத்த ஆயுதம் இதுதான். 'வறுமையே வெளியேறு'. ஆனால் எதிர்க்கட்சிகளோ இந்திரா என்ற பெண்மணியை வீட்டுக்கு அனுப்புவோம் என்றும் அரசியலை விட்டே அப்புறப்படுத்து வோம் என்றும் முழக்கமிட்டனர். மீண்டும் ரேபரேலி தொகுதியையே தேர்வு செய்திருந்தார் இந்திரா. உற்சாகம் கொப்பளிக்க தேர்தல் வேலை களைத் தொடங்கிவிட்டனர் கட்சிக்காரர்கள்.

கட்சியைப் பொறுத்தவரை இந்திராவைத் தவிர வசீகரமிக்க பிரசார பீரங்கி இல்லாத நிலை. தன்னுடைய வெற்றி முக்கியம் என்பதற்காகச் சொந்தத் தொகுதி ரேபரேலியை மாத்திரமே வட்டமிட்டுக் கொண்டிருக்க முடியாது. அப்படி யென்றால் ரேபரேலிதான் சரியாக இருக்கும் என்று முடிவு செய்தார் இந்திரா.

போதாக்குறைக்கு காங்கிரஸ் (ஓ), சம்யுக்த சோஷலிஸ்ட் கட்சி, ஜனசங்கம் உள்ளிட்ட கட்சிகள் வேறு கூட்டணி அமைத்துக் கொண்டு இந்திராவை விட்டேனா பார் என்று மிரட்டிக் கொண்டிருந்தன. சம்யுக்த சோஷலிஸ்ட் கட்சியின் சார்பில் ராஜ் நாராயண் என்பவர் இந்திராவை எதிர்த்து களமிறக்கப் பட்டிருந்தார்.

அதிகம் செல்வாக்கில்லாத மனிதர் ராஜ் நாராயண். ஆகவே, வெற்றி கைக்கெட்டும் தூரம்தான். அதற்காகத் தொகுதியை அலட்சியமாக விட்டுவிட இந்திராவுக்கு விருப்பமில்லை.

'நமக்கு நம்பிக்கையான ஒருவரை தேர்தல் முகவராக நியமித்து விட்டால், நிம்மதியாகப் பிரசாரத்தில் ஈடுபடலாம்' விசுவாசம் என்றதும் இந்திராவின் நினைவுக்கு வந்த பெயர், யஷ்பால் கபூர். பிரதமரின் தனிச்செயலராகப் பணியாற்றிக் கொண்டிருந் தவர். நேர்மையானவர். தன்னிச்சையாக முடிவெடுத்துவிடக் கூடியவர் அல்ல. ஆகவே சரியான நபர். சட்டென்று முடிவெடுத்துவிட்டார் இந்திரா. கபூர் வரவழைக்கப்பட்டார்.

'நீங்கள்தான் என்னுடைய தேர்தல் ஏஜெண்ட்' பிரதமரே சொல்லி விட்ட பிறகு யோசிக்க என்ன இருக்கிறது? உத்தரவு மகாராணி. தலையசைத்துவிட்டார் யஷ்பால். பெட்டியை எடுத்துக் கொண்டார். நேராக ரேபரேலிக்கு வண்டியேறிவிட்டார். நம்பிக்கையான நபரை அனுப்பிவிட்ட திருப்தி இந்திராவுக்கு.

வழக்கம்போல சூறாவளிச் சுற்றுப்பயணம் மேற்கொண்டார் இந்திரா. கடந்த தேர்தலைக் காட்டிலும் அதிக இடங்களுக்குச் சென்று பிரசாரம் செய்வது என்பதுதான், இந்திராவின் திட்டம். காரணம், எதிரிகளும் இருமடங்காக உயர்ந்திருக்கிறார்கள். ஜனவரி, பிப்ரவரி மாதம் முழுக்க அனல்வேக சுற்றுப்பயணம். பொதுக்கூட்டம். வாக்கு சேகரிப்பு. எங்கு பார்த்தாலும் இந்திரா. எங்கு சென்றாலும் இந்திரா. மொத்தம் வான்வழியாக முப்பதாயிரம் மைல்கள். மூவாயிரம் மைல்கள் தரை மார்க்கமாக. கிட்டத்தட்ட ஐநூறு பொதுக்கூட்டங்களில் பேசினார் இந்திரா. வறுமையை ஒழிப்பேன். சமூக நீதியை நிலைநாட்டுவேன். பொருளாதார அபிவிருத்தியை கொண்டு வருவேன். மக்களின் வாழ்க்கைத் தரத்தை உயர்த்துவேன். நிறையப் பேசினார்.

520 தொகுதிகளுக்கான தேர்தல் அது. பலத்த எதிர்பார்ப்புகளுக்கு இடையில் நடந்து முடிந்தது. இந்திரா என்ற சக்தி அபரிமிதமாக இந்தியாவில் பரவியிருந்ததை வெளிப்படுத்தின தேர்தல் முடிவுகள். மொத்தம் 325 தொகுதிகளை அள்ளியிருந்தது இந்திரா தலைமையிலான காங்கிரஸ் (ஆர்). சிம்பிள் மெஜாரிட்டி எல்லாம் இல்லை. படு கிராண்ட் மெஜாரிட்டி. மூன்றில் இரண்டு பங்கு இடங்கள். மிருக பலம் என்பார்களே, அப்படியொரு வெற்றி.

ரேபரேலி தொகுதியில் ஒரு லட்சம் வாக்குகள் வித்தியாசத்தில் வெற்றி பெற்றிருந்தார் இந்திரா. ஒட்டுமொத்த இந்தியாவையும் சுருட்டித் தன்னுடைய கைப்பைக்குள் அடக்கிய இந்திரா, தற்போது மீண்டும் பிரதமராகியிருந்தார்.

●

நாடு முழுக்க வெற்றிக் கொண்டாட்டங்கள். மீண்டும் யார் யாருக்கெல்லாம் அமைச்சராகும் வாய்ப்பு கிடைக்கும், யார் யாரெல்லாம் ஒதுக்கப்படுவார்கள் என்பன பற்றியெல்லாம் திசைக்கொரு ஆரூடங்கள் நடந்துகொண்டிருந்தன. மாற்று முகாம் இந்திராவின் வெற்றியை செல்லாக்காசாக்கும் நட வடிக்கையில் இறங்கியிருந்தது. ஆம். தேர்தலில் இந்திராவை ஜெயிக்க முடியாது என்பது ராஜ் நாராயணனுக்கு நன்றாகவே தெரியும்.

இந்திராவை தோற்கடிப்பது லட்சியம். ஆனால் அது அத்தனை நிச்சயம் அல்ல. ஆனால் கொஞ்சம் உன்னிப்பாக இருந்தால் அவருடைய வெற்றியை கொஞ்சம் அசைத்துப் பார்க்கமுடியும். நெருக்கடி கொடுக்க முடியும். இதுதான் திட்டம். அபரிமிதமான மக்கள் ஆதரவைக் கொண்ட இந்திராவை எதிர்த்து தேர்தலில் நிற்பது தற்கொலைக்குச் சமமானது என்று தெரிந்தே தேர்தல் களத்தில் குதித்திருந்தார் ராஜ் நாராயண். தனக்கு ஆதரவு திரட்டுவதைக் காட்டிலும் இந்திராவின் பிரசார முறை, காங்கிரஸ்காரர்களின் அத்துமீறல்கள், விதிமீறல்கள் ஆகிய வற்றையே கண்ணில் விளக்கெண்ணெய் ஊற்றாத குறையாகக் கவனித்துக் கொண்டிருந்தார். நடப்பதை எல்லாம் கையில் வைத்திருந்த குறிப்பேட்டில் குறித்துக் கொண்டே இருந்தார்.

தேர்தல் முடிந்தது. நேராக நீதிமன்றத்துக்குச் சென்றார் ராஜ் நாராயணன்.

'இந்திரா தேர்தல் விதிமுறைகளை அப்பட்டமாக மீறிவிட்டார். ஆகவே, ரேபரேலியில் அவர் வெற்றி பெற்றதை செல்லாது என அறிவிக்க வேண்டும்'

பொதுவாகத் தேர்தலில் தோற்பவர்கள், ஜெயித்தவருக்கு எதிராக வழக்கு தொடர்வது சர்வ சாதாரணமாக நடப்பது என்று தொண்டர்களை ஆசுவாசப்படுத்தினர் மூத்த தலைவர்கள். விஷயம் இந்திராவுக்குச் சென்றது.

'விரக்தியின் விளைவு. கவலைப்படவேண்டாம்.'

●

பிரிவினை கோஷம் எழாத தேசத்தை உலக வரைபடத்தில் தேடுவது அத்தனை சிரமமான விஷயம். பாகிஸ்தானும் அப்படித்தான். இந்தியாவில் இருந்து பாகிஸ்தான் என்ற புதிய தேசம் உருவான நொடியில் இருந்தே கிழக்கு பாகிஸ்தானில் பிரிவினை கோஷம் எதிரொலித்துக்கொண்டுதான் இருந்தது. கலவரம். பேரணி. பொதுக்கூட்டம். மறியல். ஊர்வலம். எல்லாம் நடக்கும். அடிக்கடி நடக்கும். அவ்வப்போது சிறிய அளவில். எப்போதாவது பெரிய அளவில். அங்கொன்றும் இங்கொன்றுமாக நிகழ்ந்து கொண்டிருந்த கலவரங்கள், திடீரென மிகப்பெரிய கலவரமாக வெடித்தது. அதுவும், இந்திரா பதவியேற்ற ஒரே வாரத்தில்.

கிழக்கு பாகிஸ்தானைப் பிரித்து பங்களாதேஷ் என்னும் தனிதேச மாக அறிவிக்கவேண்டும் என்பதுதான் கோரிக்கை. நாடு முழுக்கக் கலவரம். பதற்றம். ரகளை. எல்லாம் பாகிஸ்தானில் மாத்திரம் அல்ல, எல்லை வழியாக இந்திய பிராந்தியத்துக் குள்ளும் நுழைந்திருந்தது. ஏராளமான மக்கள் கிழக்கு பாகிஸ் தானில் இருந்து வெளியேறி இந்தியாவுக்குள் அகதிகளாக வரத் தொடங்கினர். அடைக்கலம் தேடி வருபவர்களை எல்லை யிலேயே தடுத்து நிறுத்தவும் முடியவில்லை. அதற்காக அளவுக்கு மீறி அனுமதிக்கவும் முடியவில்லை. காரணம், திடீர் இடப்பெயர்ச்சியை இந்தியாவால் தாங்கிக்கொள்வது சிரமம். ஆனாலும் அனுமதிக்கப்பட்டனர்.

'பாகிஸ்தானின் அநியாயங்களை வெறுமனே பார்த்துக்கொண்டு இருக்க முடியாது. இங்கே என்ன நடக்கிறது என்பதை உலக நாடுகள் தெரிந்துகொள்ள வேண்டும். வந்து குவிந்திருக்கும்

அகதிகள் பாதுகாப்பாகச் சொந்த நாட்டுக்குத் திரும்பவும் மேலும் அகதிகள் இந்தியாவுக்குள் நுழையாமல் தடுக்கவும் பாகிஸ்தான் முக்கியமான அரசியல் முடிவை எடுக்கவேண்டும். அதற்கு உலக நாடுகள் வலியுறுத்தவேண்டும். பாகிஸ்தான் தன்னுடைய சொந்த விவகாரத்தைத் தீர்த்துக்கொள்வதற்கு இந்தியாவைப் பகடை யாக்கக் கூடாது.'

உரத்த குரலில் பேசினார் இந்திரா. ஆனால் அப்போது பாகிஸ்தானுக்கு எதிராக யுத்தம் தொடங்குவதுதான் சரியாக இருக்கும் என்று எதிர்க்கட்சியைச் சேர்ந்தவர்கள் பலர் ஆலோசனை கூறினர். இந்திராவுக்கு அதில் உடன்பாடில்லை.

'அகதிகள் வருகிறார்கள். இந்தியா பிதுங்குகிறது. பிரச்னைகள் பெருகும். எல்லாம் வாஸ்தவம்தான். ஆனால், அவர்களுடைய சூழ்நிலையையும் நாம் புரிந்துகொள்ள வேண்டும். என்னதான் நமக்குப் பிரச்னை என்றாலும் வங்கதேசத்தின் சுதந்தரப் போராட்டத்தை நாம் புறந்தள்ளக் கூடாது. மாற்றுவழி என்ன என்பது பற்றித்தான் சிந்திக்கவேண்டும்.'

உலக நாடுகள் எதுவும் அசைந்து கொடுப்பதாகத் தெரிய வில்லை. பாகிஸ்தானும் இறங்கிவருவதாகத் தெரியவில்லை. நேராக அகதிகள் முகாமுக்குச் சென்றார் இந்திரா. அகதிகளின் மொத்த எண்ணிக்கை ஒரு கோடியைத் தொட்டுவிட்டது என்று தெரிந்ததும் தூக்கிவாரிப்போட்டது. மாற்றுவழி என்றதும் இந்திராவின் நினைவுக்கு வந்தது முக்தி பாஹினி. பங்களாதேஷ் உருவாக்கத்துக்காகப் போராடிக் கொண்டிருக்கும் போராளி இயக்கம். 'இந்தியா ஏன் அவர்களுக்கு ராணுவப் பயிற்சிகள் கொடுத்து, ஆயுத உதவி செய்து வங்கதேச சுதந்தரத்துக்கு வழிவகை செய்யக் கூடாது?'

பங்களாதேஷ் என்ற நாட்டை உருவாக்கி அரசியல் தீர்வு காண வேண்டும் என்பதை வலியுறுத்தி உலகின் பல நாடுகளுக்குப் பயணம் செய்து ஆதரவு தேடிக் கொண்டிருந்தார் இந்திரா.

●

டிசம்பர் 3, 1971. இந்தியாவுக்குச் சொந்தமான விமானப் படைத்தளங்கள் மீது பாகிஸ்தான் விமானங்கள் குண்டுகளை வீசின. மொத்தம் ஒன்பது தளங்கள் மீது தாக்குதல் நடந்தது.

கல்கத்தாவில் நடைபெற்ற மாபெரும் பொதுக்கூட்டம் ஒன்றில் பேசிக் கொண்டிருந்தார் இந்திரா. அவருடைய கைகளில் துண்டுச்சீட்டு திணிக்கப்பட்டது.

'பாகிஸ்தான் தாக்குதலைத் தொடங்கிவிட்டது'

பேச்சை நிறுத்தினார்.

'நல்லவேளை, அவர்கள் முந்திக்கொண்டார்கள். இல்லா விட்டால்..'

ரகசிய குரலில் சொல்லிவிட்டுப் புன்னகை செய்தார் இந்திரா. அதன் அர்த்தம் அதிகாரிகளுக்குப் புரிந்தது.

●

விமானம் மூலம் டெல்லி வந்திறங்கினார் இந்திரா. அமைச்சரவை சகாக்களோடு ஆலோசனைகள் நடந்தன. அடுத்ததாக எதிர்க்கட்சித் தலைவர்களுடனான சந்திப்பு, சம்பிரதாயத்துக்கு. பிறகு வானொலியில் உரை. 'மீண்டும் ஒருமுறை யுத்தம், அதுவும் பாகிஸ்தான் மீது. நம்மீது திணிக்கப் பட்ட யுத்தம் இது. ஆனாலும் வெற்றி அவசியம். ஒத்துழைப்புத் தேவை' மறுநாள் நாடாளுமன்றத்திலும் இதனையே வலி யுறுத்திப் பேசினார் இந்திரா.

பாகிஸ்தான் மீது தாக்குதலைத் தொடங்கியது இந்திய ராணுவம். இந்தியப் படைக்குத் துணையாக முக்தி பாஹினியின் ஒரு லட்சம் வீரர்களும் சேர்ந்துகொண்டனர். தாக்குதலின் வீரியம் அதி கரித்தது. நிற்காமல் தொடர்ந்தது. சேதம் பாகிஸ்தானுக்குத்தான் அதிகம். யுத்தம் நடப்பதை நாடாளுமன்றத்துக்கு நேரடியாகச் சென்று தகவல் சொன்னார் இந்திரா.

●

டிசம்பர் 16, 1971. மாலை ஐந்துமணி இருக்கும். ஸ்வீடன் நாட்டு செய்தி நிறுவனத்துக்குப் பேட்டியளித்துக் கொண்டிருந்தார் இந்திரா. தொலைபேசி சிணுங்கியது. எதிர்முனையில் முப் படைத் தளபதி மானிக்சா. 'வெற்றி. எல்லோரும் சரணடைந்து விட்டார்கள்' பத்திரிகையாளர்களிடம் சொல்லிவிட்டு நாடாளு மன்றம் நோக்கி விரைந்தார் இந்திரா.

'இனிப்பான செய்தியை அவைக்கு அறிவிப்பதில் மகிழ்ச்சி யடைகிறேன். மேற்கு பாகிஸ்தான் படையினர் எந்தவித நிபந்தனையும் இன்றி சரணடைந்துவிட்டனர். டாக்கா இப்பொழுது சுதந்தர தேசத்தின் சுதந்தரமான தலைநகரம். இதற்காக இந்தியா மகிழ்ச்சியடைகிறது. வங்கதேச சுதந்தரத்துக் காக நம்மோடு இணைந்து போராடிய முக்தி பாஹினி இளைஞர்களைப் பாராட்டுவோம். நம்முடைய ராணுவ வீரர்களின் முயற்சிகளுக்கு வாழ்த்து சொல்வோம். இந்த நிமிடம் முதல் வங்கதேசம் ஒரு சுதந்தர தேசம்.'

பங்களாதேஷ் உருவாக்கத்துக்குப் பாகிஸ்தானின் பதில் என்னவாக இருந்தது? 'இனிமேல் இந்தியாவுடன் ஒட்டும் இல்லை, உறவும் இல்லை.'

13. ஜே.பி. என்றொரு எதிரி

வங்கதேச வெற்றி, வறட்சியை அழைத்துக்
கொண்டு வந்தது. கிழக்கு பாகிஸ்தானில் இருந்து
வந்த அகதிகளுக்கு அதிக அளவில் உணவுகள்
விநியோகம் செய்யப்பட்டதால், திடீர் உணவுப்
பற்றாக்குறை உருவானது. கோடிக்கணக்கான
ரூபாய் அவர்களுக்காகச் செலவிடப்பட்டதால்,
பட்ஜெட்டில் பற்றாக்குறை வேறு. விலைவாசி
உயர்வும் வந்து பாடாய்ப்படுத்தியது. அரபு
நாடுகளுக்கும் இஸ்ரேலுக்கும் நடைபெற்ற
யுத்தங்களால், பெட்ரோலிய நெருக்கடி வேறு.

அரசு ஊழியர்களுக்கான சம்பள உயர்வு அதிரடியாக
நிறுத்தப்பட்டது. அரசின் செலவுகள் பெருமளவில்
குறைக்கப்பட்டன. ஆனாலும் நிலைமையைச்
சமாளிக்க முடியாமல் திணறியது இந்திரா அரசு.
எங்கு பார்த்தாலும் வேலை நிறுத்தங்கள்.
ஆங்காங்கே சாலை மறியல்கள். கண்டனக்

கூட்டங்கள். இந்திராவை ஒருவழி ஆக்கிவிடுவது என்று முஷ்டியை உயர்த்திக்கொண்டு களமிறங்கியிருந்தன எதிர்க் கட்சிகள்.

விநாச காலே விபரீத புத்தி என்பதுபோல நிர்வாகம் தத்தளித்துக்கொண்டிருக்கும் சமயத்தில், கட்சிக்குள்ளேயே சில குதர்க்கமான முடிவுகளை எடுத்தார் இந்திரா. தன்னுடைய கருத்துக்கு ஆமாம் போடாத பிரம்மானந்த ரெட்டி உள்ளிட்ட முதலமைச்சர்களைப் பதவிநீக்கம் செய்தார். இதனால் கட்சிக்குள் இந்திராவுக்கு எதிராகப் புகைச்சல் தொடங்கியது.

கட்சி வளர்ச்சிக்காக நிதி வசூல் செய்வதிலும் ஊழல் நடப்பதாக ஆங்காங்கே சர்ச்சைகள் தொடங்கின. விஷயம் இந்திராவின் கவனத்துக்குக் கொண்டுசெல்லப்பட்டபோது, 'ஊழல் என்பது உலகம் முழுக்கப் பொதுவான விஷயம்' என்று பதிலளித்தார்.

எதிர்ப்புகள் ஆர்ப்பரித்தபோது, அதை அடக்குவதற்கு பசுமை ஆடையை அணிந்து கொண்டார் இந்திரா. ஆம். ஸ்டாக்ஹோம் நகரில் நடைபெற்ற ஐக்கிய நாடுகள் மாநாட்டில் பேசிய இந்திரா, தன்னை ஒரு பசுமைக்காவலராக அடையாளப்படுத்திக் கொண்டார். 'ஏழை நாடோ, பணக்கார நாடோ, வல்லரசு நாடோ, எதுவாக இருந்தாலும் சுற்றுச்சூழலை பத்திரமாகப் பாதுகாக்கவேண்டும்'

விலங்குகள் வேட்டையாடப்படுவதற்குத் தடை விதித்தார். காடுகளை அழிப்பதற்கும் முட்டுக்கட்டை போட்டார். எல்லாமே சர்வதேச அளவில் இந்திராவுக்குப் பலமான ஆதரவைப் பெற்றுத்தந்தன.

●

ஆட்சிக்கு வந்த புதிதில் இந்திரா செய்த சில அதிரடி காரியங் களுக்கு இப்போது பதில் சொல்ல வேண்டியிருந்தது. வங்கிகள் தேசியமயம் ஆக்கப்பட்டது, மன்னர்களுக்கு வழங்கப்பட்டு வந்த மானியங்கள் ஒழிக்கப்பட்டது, இந்திய அரசியலமைப்புச் சட்டத்திருந்தம் ஆகியவற்றுக்கு எதிராக வழக்குகள் தொடரப் பட்டிருந்தன. முக்கியமாக அரசியலமைப்புச் சட்டதிருத்தம் தொடர்பான வழக்குக்கு உச்சநீதிமன்ற தலைமை நீதிபதி எஸ்.எம்.சிக்ரி, தீர்ப்பாயம் ஒன்றை அமைத்திருந்தார். மொத்தம் பதிமூன்று நீதிபதிகள் கொண்டது. இறுதித் தீர்ப்பு வெளியானது.

'அரசியலமைப்புச் சட்டத்தைத் திருத்தும் அதிகாரம் நாடாளு மன்றத்துக்கு உண்டு. ஆனால் சம்பந்தப்பட்ட விஷயம் அரசிய லமைப்பின் அடிப்படை கூறா இல்லையா என்பதை நாடாளு மன்றம் தீர்மானிக்கமுடியாது. நீதித்துறைக்குத்தான் அந்த அதிகாரம் உண்டு.' இந்திராவுக்கு ஏற்பட்ட சட்டரீதியான தோல்வி என்றே இந்தத்தீர்ப்பு பார்க்கப்பட்டது.

இது இந்திராவை வெகுவாகப் பாதித்திருந்தது. பாதிப்பு விரைவாகவே வெளிப்பட்டது. எப்படி?

தீர்ப்பை வழங்கிய நீதிபதி சிக்ரி மறுநாளே ஓய்வு பெற்றிருந்தார். அவருக்கு அடுத்த இடத்தில் இருந்தவர் நீதிபதி ஜே.எம். ஷிலட். இவர் அரசுக்கு எதிரான கருத்தை அந்த வழக்கில் கொண்டிருந் தார். ஆகவே, அவருடைய பணிமூப்பு, அனுபவம் எல்லாம் தயவு தாட்சண்யமின்றி புறக்கணிக்கப்பட்டன. அவருக்கு அடுத்த இரண்டு இடங்களில் இருந்தவர்களும் அரசு எதிர்ப்பு காரணமாக ஒதுக்கிவைக்கப்பட்டனர். புதிய தலைமை நீதிபதியாக ஏ.என். ரே நியமிக்கப்பட்டார். இவர் அரசுக்கு ஆதரவான தீர்ப்பு வழங்கிய நீதிபதிகளில் மூத்தவர். நீதித் துறையை வளைக்கத் தொடங்கிவிட்டார் இந்திரா என்று எதிர்க் கட்சிகளும் பத்திரிகைகளும் வரிந்துகட்டத் தொடங்கிவிட்டன.

பாகிஸ்தானுடன் பிரச்னை வந்த சமயத்தில் யுத்தத்துக்கு ஆதரவுக்குரல் கொடுத்த ஜெயப்ரகாஷ் நாராயணன் இப்போது இந்திராவுக்கு எதிராக மக்களை ஒருங்கிணைக்கும் முயற்சியில் ஈடுபடத் தொடங்கினார். இந்திராவுக்கு எதிராக ஆங்காங்கே நடைபெற்றுக் கொண்டிருந்த போராட்டங்களை நெறிப்படுத்தி, ஒருங்கிணைப்பது அவசியம் என்பதை நன்றாக உணர்ந்திருந்தார் ஜே.பி. அதை நோக்கி நகரத் தொடங்கினார் ஜே.பி.

14. புத்தர் சிரித்தார்

கார் தயாரிப்பில் மும்முரமாக இருந்தார் சஞ்சய். அவ்வப்போது காருக்கான மாடல்களை காட்சிக்கு வைப்பதுண்டு. ஆனால் அந்தக் காரைத் தயாரிப் பதற்குக் கோடிக்கணக்கில் பணம் தேவைப் பட்டது. 1973-ம் ஆண்டு. புதிய உத்தி ஒன்றைக் கண்டுபிடித்தார் சஞ்சய். அதன்படி நாடு முழுக்க எழுபத்தைந்து டீலர்களை நியமனம் செய்த சஞ்சய், அவர்களிடம் இருந்து தலா ஐந்து லட்ச ரூபாயைப் பெற்றுக்கொண்டார். ஆறே மாதத்தில் அந்தப் பணத்துக்கு கார்களைத் தருகிறேன் என்பதுதான் சஞ்சய் அளித்த வாக்குறுதி.

சஞ்சயின் அடுத்த குறி வங்கிகள். சென்ட்ரல் பேங்க் ஆஃப் இந்தியா மற்றும் பஞ்சாப் நேஷனல் வங்கியிடம் இருந்து எழுபத்தைந்து லட்ச ரூபாயைக் கடனாகப் பெற்றுக் கொண்டார். விஷயம் ரிசர்வ் வங்கியின் கவனத்துக்குச்

சென்றது. மறுநொடியே எல்லா வங்கிகளுக்கும் சுற்றறிக்கைப் பறந்தது. மாருதி நிறுவனத்துக்கு இதற்கு மேல் கடன் அனுமதி இல்லை. அப்படி யாரேனும் கொடுத்தால் அது கடன் வழங்கு வதற்கு அரசு விதித்திருக்கும் நடைமுறைகளை மீறுவதாக அமைந்துவிடும். எச்சரிக்கை.

விஷயத்தை இந்திராவின் வசம் கொண்டுசென்றார் ஹக்சர்.

'பல விஷயங்களில் சஞ்சய் எல்லைமீறிக் கொண்டிருக்கிறார். எல்லோருமே சஞ்சய்க்குச் சாதகமாக இருக்கவேண்டும் என்பதற்காகச் சாய்ந்துவிடுகிறார்கள். இது உங்கள் எதிரிகளை சந்தோஷப்பட வைத்திருக்கிறது'

கோடிட்டுக் காட்டினார் ஹக்சர். இந்திராவிடம் இருந்து மௌனம் மட்டுமே பதிலாக வந்தது. ஆனாலும் வெளியில் இருந்து விமரிசனங்கள் வரத் தொடங்கின. வங்கிகளையும் தொழிலதிபர்களையும் மிரட்டுகிறார், தன்னுடைய மாருதி நிறுவனத்துக்காகச் சட்டங்களை தன் இஷ்டத்துக்கு வளைக்க முயல்கிறார், அதற்கு அரசும் இசைகிறது, இன்னபிற குற்றச்சாட்டுகள்.

பதிலளிக்க முடியாமல் திணறிக்கொண்டிருந்த இந்திராவை புதிய சர்ச்சை வந்து இம்சிக்கத் தொடங்கியது. அந்தச் சர்ச்சையின் பெயர், தீரேந்திர பிரம்மசாரி. சில காலங்களுக்கு முன் இந்திராவின் யோகாசன குருவாக அறிமுகமானவர். இப்போது சஞ்சய் காந்திக்கு சர்வ விஷயங்களிலும் ஆலோசக ராக அவதாரம் எடுத்திருந்தார்.

●

மே 18, 1974. காலை ஏழு மணி. ராஜஸ்தானின் ஜெய்சால்மீர் மாவட்டத்தின் ஒரு பாலைவனப் பகுதி பரபரப்பாக இயங்கிக் கொண்டிருந்தது. அதிகாரிகள் மும்முரமாக வேலை பார்த்துக் கொண்டிருந்தனர்.

மூத்த அதிகாரி சொன்னார். 'எல்லாம் முடிந்துவிட்டது. ஸ்விட்சைத் தட்டினால் வெற்றி. ஆனால்..' சற்றே பேச்சை நிறுத்திய அதிகாரி மீண்டும் தொடர்ந்தார். 'அதற்கு முன் இந்த அந்த இடத்திலிருந்து' வெளியேற வேண்டும்' மறுநொடி எல்லோரும் புறப்பட்டனர்.

விஞ்ஞானி வி.எஸ்.சேத்தியின் வாகனம் மட்டும் பழுதடைந்து விட்டது. மின்னல் வேகத்தில் பாய்ந்த அதிகாரிகள், சேத்தியையும் அவருடைய வாகனத்தையும் மீட்டு வேறொரு இடத்துக்கு அழைத்துச் சென்றனர்.

●

டெல்லியில் இருக்கும் அலுவலகம். இந்திரா நகத்தைக் கடித்துக் கொண்டு அமர்ந்திருந்தார். மணி 8.05. தொலைபேசி ஒலிக்கிறது. எடுத்தார் இந்திரா. மறுமுனையில் அணு விஞ்ஞானி ராஜா ராமண்ணா.

'Madam, Buddha has finally smiled'

மறுநொடி முகமெல்லாம் புன்னகை இந்திராவுக்கு. செய்தித் தாள்களுக்குத் தகவல் கொடுக்கப்பட்டது. இந்தியா தன்னுடைய முதல் அணுகுண்டு சோதனையை வெற்றிகரமாக நிகழ்த்தியுள்ளது. ஆம். ராஜஸ்தானில் வெடித்துப் பரிசோதனை செய்து பார்க்கப்பட்டது அணுகுண்டுதான். தகவல் வெளியான நொடியில் இருந்தே உலகம் முழுக்கப் பதற்றம் தொற்றிக்கொண்டது. அணுஆயுதச் சோதனை நடத்திய நாடுகளின் பட்டியலில் இந்தியாவுக்கு இப்போது ஆறாவது இடம்.

●

ஜூன் 28, 1974. இந்தியாவின் மிகப்பெரிய சொத்தாகக் கருதப்படும் கச்சத்தீவு இலங்கைக்கு தாரை வார்க்கப்பட்ட தினம். **உபயம்:** இந்திராகாந்தி. கொஞ்சம் விரிவாகப் பார்த்தால் விஷயத்தின் வீரியம் புரியும்.

இந்தியாவுக்கும் இலங்கைக்கும் இடையே இருக்கும் பாக் ஜலசந்தியில் இருக்கும் சின்னஞ்சிறு பிராந்தியம், கச்சத்தீவு. தூரம் என்று பார்த்தால் ராமேசுவரத்தில் இருந்து வெறும் பன்னிரண்டே மைல்கள். இரு நாடுகளையும் சேர்ந்த மீனவர் களும் கச்சத்தீவுக்கு சென்று மீன்பிடிப்பது வழக்கம். இரவு பகலாகக் கடலில் கழிப்பதால் ஏற்படும் உடல் சோர்வைப் போக்க ஓய்வு எடுக்கும் பிராந்தியமாக கச்சத்தீவை இருதரப்பு மீனவர்களுமே பயன்படுத்தி வந்தனர். மீன் வலைகளைக் காய வைப்பதற்கு வசதியான பகுதி அது.

ராமநாதபுரம் மன்னரின் ஆளுகைக்கு உட்பட்டு இருந்த கச்சத்தீவு எங்களுக்கே சொந்தம் என்று ஐம்பதுகளின் மத்தியில் உரிமை கொண்டாடத் தொடங்கியது இலங்கை. ஆனால் நம்முடைய உரிமையை அணுவளவும் விட்டுக்கொடுக்கமுடியாது என்றது தமிழக அரசு. ஆனால் காலம் கச்சத்தீவை இலங்கைக்குக் கொடுப்பது என முடிவுசெய்துவிட்டது மத்திய அரசு.

எதற்காக? மே 18, 1974 அன்று ராஜஸ்தானின் பொக்ரான் பாலைவனத்தில், இந்தியா அணுகுண்டு சோதனை நடத்தியது அல்லவா! அதன் காரணமாக சர்வதேச அரங்கில் இந்தியாவின் மீது கண்டனக் கணைகள் வீசப்பட்டன. ஐ.நா. சபையில் இருந்த பதினைந்து உறுப்பினர்களைக் கொண்ட தாற்காலிகக் குழு மூலமாக, இந்தியாவைக் கண்டித்துத் தீர்மானம் நிறைவேற்ற பாகிஸ்தான் காய்களை நகர்த்தத் தொடங்கியது.

அப்போது இந்தியாவுக்கு நேசக்கரம் நீட்டிய அண்டை தேசம், இலங்கை. அந்தக் குழுவின் தலைமைப் பொறுப்பில் இலங்கையே இருந்ததால் அதன் உதவியோடு பாகிஸ்தானின் காய் நகர்த்தல்கள் தகர்க்கப்பட்டன. நிம்மதிப் பெருமூச்சு விட்டார் இந்திரா. ஆனால் இலங்கை ஏக்கப்பார்வை பார்த்தது.

'கச்சத்தீவை எங்களுக்குக் கொடுத்துவிடுங்கள்.'

டெல்லி வந்த இலங்கைப் பிரதமர் திருமதி பண்டாரநாயகா விடுத்த கோரிக்கை இதுதான். பிரதி உபகாரம் எதிர்பார்க்கிறது இலங்கை என்பதை இந்திராவால் புரிந்துகொள்ள முடியாதா என்ன? ஆகட்டும் பார்க்கலாம் என்றார் இந்திரா. ஆனால் முடியவே முடியாது என்றார் மு. கருணாநிதி. அப்போதைய தமிழக முதல்வர்.

கொடுப்பது என்று முடிவெடுத்துவிட்டார் இந்திரா. இருந்தாலும் சம்பிரதாயத்துக்காக தமிழக முதல்வரிடம் கருத்து கேட்டார் இந்திரா. உடனடியாக கருணாநிதியும் பதிலளித்தார்.

'கச்சத்தீவு பிரச்னை குறித்து வெளியுறவுத்துறை செயலர் கேவல்சிங் என்னுடன் பேச்சு நடத்தியதைத் தொடர்ந்து, கச்சத்தீவு பற்றிய ஆதாரங்கள் சேகரிக்கப்பட்டன. அவற்றை ஆராயும்போது கச்சத்தீவு, இலங்கை அரசுக்கு உட்பட்ட தீவாக ஒருபோதும் இருந்ததில்லை என்று தெரியவந்துள்ளது. டச்சு, போர்த்துகீசிய மன்னர் காலத்து வரைபடங்கள் ஆகிய எல்லா

குறிப்புகளும் கச்சத்தீவு இலங்கைக்கு சொந்தமானது என்பதைக் காட்டவில்லை. 1954-ம் ஆண்டு வெளியான இலங்கையின் வரைபடத்திலும் கச்சத்தீவு இலங்கையின் ஒரு பகுதியாக குறிக்கப்படவில்லை. நீண்ட நெடுங்காலமாக தமிழ்நாட்டு கடற்கரை பகுதியில் முத்து குளித்தல், சங்கு எடுப்பு ஆகிய உரிமைகள் ராமநாதபுரம் ராஜா உள்பட தென்இந்திய மன்னர் களுக்கே உரித்தானது என்பதை வரலாற்று ஆதாரங்கள் காட்டுகின்றன.

கச்சத்தீவுக்கு செல்லும் பாதையிலும், கச்சத்தீவின் மேற்குபகுதி கரை ஓரத்திலும் சங்கு எடுக்கும் உரிமை ராமநாதபுரம் ராஜாவுக்கு இருந்தது என்பதைக் காட்ட ஏராளமான ஆதாரங்கள் இருக் கின்றன. அங்கு சங்கு எடுத்ததற்காக, அவர் எந்தக் காலத்திலும் இலங்கை அரசுக்கு கப்பம் கட்டியது இல்லை.

இப்போது கிடைத்து இருக்கும் இந்த ஆதாரங்களைக் கொண்டு கச்சத்தீவு இந்தியாவின் ஒரு பகுதிதான் என்பதை எந்த அகில உலக கோர்ட்டிலும் எடுத்துக்கூறி நிரூபிக்க முடியும் என்று சென்னை சட்டக்கல்லூரியின் ஆராய்ச்சிப்பிரிவு கருத்து தெரிவித்து இருக்கிறது.

எனவே, இலங்கை பிரதமர் இந்தியாவுக்கு வரும்பொழுது இந்த ஆதாரங்களை எடுத்துக்காட்டி, 'கச்சத் தீவு இலங்கைக்கு சொந்த மல்ல' என்று நிரூபிக்க முடியும் என்று எண்ணுகின்றேன்.'

கடிதத்தைப் படித்ததோடு சரி, அடுத்தடுத்து கச்சத்தீவை தாரை வார்க்க என்னென்ன காரியங்கள் செய்யவேண்டும் என்பதில் தான் கவனமாக இருந்தார் இந்திரா. காரியங்கள் மின்னல் வேகத்தில் நடந்தன.

தமிழக மக்களை அதிர்ச்சியடைய வைக்கும் வகையில் ஜுன் 28, 1974 அன்று அதிகாரபூர்வ அறிவிப்பு வெளியானது. 'கச்சத்தீவு இலங்கைக்கு தாரை வார்க்கப்படுகிறது.' இருநாடுகளிலும் ஒரே சமயத்தில் அறிவிப்பு வெளியானது. ஒப்பந்தத்தில் இந்தியா சார்பாக பிரதமர் இந்திரா கையெழுத்திட்டார்.

தமிழக மீனவர்களுக்கு இன்றளவும் தீராமல் இருக்கும் தலைவலியின் தொடக்கப்புள்ளி இதுதான்.

15. அலகாபாத் தீர்ப்பு

நான்கு வருடங்களுக்கு முன்பு இந்திரா ரேபரேலி யில் வெற்றி பெற்றது செல்லாது என்று அறிவிக்கக் கோரி ராஜ் நாராயண் வழக்கு தொடர்ந்த சமயத்தில், இந்திரா சொன்ன வார்த்தைகள் இவை.

'விரக்தியின் குழந்தை.. விட்டுத்தள்ளுங்கள்.'

இப்போது அந்த விரக்தியின் குழந்தைக்கு நான்கு வயது ஆகியிருந்தது. இந்திரா இதை மறந்திருந்த போதும் வழக்கு விசாரணை மாத்திரம் நடந்து கொண்டே இருந்தது. அதனைக் கண்ணும் கருத்து மாகக் கண்காணித்துக் கொண்டிருந்தார் ராஜ் நாராயண்.

1975 ஜூன் மாதம். பத்திரிகைகள் எல்லாமே ரேபரேலி தேர்தல் வழக்கு பற்றியே பேசிக் கொண்டு இருந்தன. ஜூன் 12 அன்று வெளியிடப்

படுவதாக இருந்த தீர்ப்பைப் பற்றிப் பார்ப்பதற்கு முன்னர் வழக்கு விசாரணையின்போது என்னென்ன நடந்தது என்பது பற்றிப் பார்த்துவிடுவது நல்லது.

இந்திராவால் முதலில் அலட்சியப் பார்வை பார்க்கப்பட்ட ரேபரேலி வழக்கில், ராஜ் நாராயணன் எடுத்துவைத்த விஷயங்கள் எல்லாமே பொட்டில் அடித்ததுபோல இருந்தன.

1. அரசு ஊழியரை தேர்தல் பணியில் ஈடுபடுத்துவது தேர்தல் முறைகேடு.

2. அரசுக்குச் சொந்தமான இடத்தைப் பிரசாரத்துக்குப் பயன் படுத்தினார்.

எங்கே தவறு செய்தோம் என்பதே இந்திராவுக்குப் புரிய வில்லை. அவருடைய சகாக்களுக்கும்தான். விஷயத்தை ராஜ் நாராயணனே சொன்னார், நீதிமன்றத்தில்.

'இந்திராவின் தேர்தல் முகவராக நியமிக்கப்பட்ட யஷ்பால் கபூர், பிரதமரின் தனிச்செயலர். பிரதமரின் தனிப்பட்ட விருப்பத்தின் அடிப்படையில் அவர் நியமனம் செய்யப்பட்டிருந்த போதிலும் அவருக்கான சம்பளத்தை அரசுதான் வழங்கும். ஆகவே, யஷ்பால் ஓர் அரசு ஊழியர். ஓர் அரசு ஊழியரைத் தேர்தல் பணிக்குப் பயன்படுத்தியதன் மூலம் மக்கள் பிரதிநிதித்துவ சட்டம் 1951ன் விதிகளை இந்திரா மீறிவிட்டார்.'

ராஜ் நாராயணன் எடுத்துவைத்த வாதம் இந்திராவின் வழக் கறிஞரை ஆச்சரியப்பட வைத்தது. அதைச் சொன்னபோது, ஆச்சரியம் மேலிட புருவங்களை உயர்த்தினார் இந்திரா. 'இல்லையே, நாம்தான் அவரை ராஜினாமா செய்யச் சொல்லி விட்டோமே' எதிர்வாதம் பாய்ந்து வந்தது. ராஜினாமா செய்தது உண்மை. ஆனால் எப்பொழுது என்பது முக்கியமான விஷயம் இல்லையா? ராஜினாமா கடிதத்தை அனுப்புவதற்கு ஒரு வாரத்துக்கு முன்பே தேர்தல் முகவராகத் தன்னுடைய காரியங்களை செய்வதற்கு ரேபரேலிக்குச் சென்றுவிட்டார் யஷ்பால்.'

இந்த இடத்தில்தான் வசமாகச் சிக்கிக்கொண்டார் இந்திரா. டிசம்பர் 29, 1970 அன்று ரேபரேலிக்குக் கிளம்பிய யஷ்பால் கபூர், அதே வேகத்தோடு தேர்தல் பணிகளைக் கவனிக்கத் தொடங்கி

விட்டார். கிட்டத்தட்ட இரண்டு வாரங்கள் கழித்த பிறகுதான் இன்னும் அரசு ஊழியர் பதவிக்கான ராஜினாமா கடிதத்தைக் கொடுக்கவில்லை என்பது அவருக்கு நினைவுக்கு வந்தது.

ஒன்றும் பாதகமில்லை. ராஜினாமா என்று முடிவு செய்தாகி விட்டது, எப்போது செய்தால் என்ன? அம்மா ஜெயித்து விட்டால் பிறகு பதவி திரும்ப வரப்போகிறது. நினைப்பு பிழைப்பைக் கெடுத்த கதை அரங்கேறியது. கொஞ்சம் அலட்சியத்தோடு ஜனவரி 13, 1971 அன்று தன்னுடைய ராஜினாமா கடிதத்தை அனுப்பினார். ராஜினாமா கடிதம் பரிசீலனை செய்யப்பட்டு, அவர் பணியிலிருந்து விடுவிக்கப் பட்டபோது, தேதி ஜனவரி இருபத்தைந்து.

இப்போது ராஜ் நாராயண் இரண்டாவது குற்றச்சாட்டை எடுத்துவைத்தார். மேலோட்டமாகப் பார்த்தால் சர்வ சாதாரணமாகத் தெரியும் குற்றச்சாட்டு இது. ஆனால் வீரியமிக்கது. தேர்தல் பிரசாரத்தில் மும்முரமாக ஈடுபட்டுக் கொண்டிருந்த இந்திரா, உத்தரப் பிரதேசத்துக்கு வந்தபோது, மாநில பொதுப்பணித்துறைக்குச் சொந்தமான மேடை ஒன்றில் பிரசாரம் செய்தார். 'அரசுக்குச் சொந்தமான பொருள் அல்லது இடத்தைத் தேர்தல் பிரசாரத்துக்குப் பயன்படுத்தியது தேர்தல் நடைமுறைகளின்படி தவறு. அதிலும், அரசின் அனுமதி பெறாமல் செய்தது தேர்தல் முறைகேடு.'

வேண்டுமென்றே சின்னச் சின்ன விஷயங்களை எல்லாம் ஊதிப் பெரிதாக்கியிருக்கிறார்கள். இதைப்போய் நீதிமன்றம் ஏற்றுக் கொண்டிருக்கிறதே, சே என்று புலம்பத் தொடங்கினர் காங்கிரஸ் தலைவர்கள். விரக்தியின் வெளிப்பாடு. தேர்தல் முகவராக யஷ்பால் கபூர் செயல்பட்டதால்தான், லட்சக் கணக்கான வாக்குகள் வித்தியாசத்தில் இந்திராவால் ஜெயிக்க முடிந்ததா? அல்லது அரசுக்குச் சொந்தமான இடத்தைப் பிரசாரத்துக்குப் பயன்படுத்தியதால்தான் இந்திராவால் அபார வெற்றியை ஈட்ட முடிந்ததா? நல்ல கூத்தாக இருக்கிறது போங்கள் என்று சலித்துக்கொண்டனர்.

சட்டம் என்று வந்துவிட்ட பிறகு தர்க்கம் பேசுவது வெட்டி வேலை என்றார் ராஜ் நாராயண். ஜூன் 12, 1975. வழக்கு முக்கியக் கட்டத்தை அடைந்தது. ஆம். அன்றுதான் தீர்ப்பு வழங்கப்பட இருப்பதாக அறிவிக்கப்பட்டிருந்தது.

இந்திரா வழக்கம் போலவே தூங்கியெழுந்தார். தீர்ப்பு என்னாகும் என்றோ தீர்ப்புக்குப் பிறகு என்னாகும் என்றோ சிந்திக்கவில்லை. பொழுது விடிந்தது. குளித்து முடித்து வராண்டாவுக்கு வந்தவருக்கு ஓர் துக்கச் செய்தி காத்திருந்தது. 'டி.பி. தார் மறைந்துவிட்டார்'

எத்தனை நம்பிக்கையான மனிதர். தேர்ந்த ஆலோசனையாளர். வருத்தமாக இருந்தது இந்திராவுக்கு. உடனடியாகப் புறப்பட்டு மருத்துவமனைக்குச் சென்று அவருடைய உடலைப் பார்த்து விட்டு வீடு திரும்பினார். நாளிதழ்களைப் படித்துக் கொண்டு இருந்தபோது, அடுத்தசெய்தி அவருக்காகக் காத்திருந்தது. 'குஜராத் மாநில முதல் கட்டத் தேர்தல் முடிவுகள் வந்து விட்டன'.

நேரம் கடந்துகொண்டே போனது. சப்தர்ஜங் இல்லத்துக்கு வெளியே தொண்டர்கள் நிரம்பிக் கொண்டிருந்தனர். எங்கு பார்த்தாலும் சலசலப்பு. பதற்றம். ஆனால் இந்திராவின் முகத்தில் சர்வ அமைதி.

•

அலகாபாத் உயர்நீதிமன்ற நீதிபதி ஜக்மோகன்லால் சின்ஹா தீர்ப்பை வாசிக்கத் தொடங்கினார். 'மக்கள் பிரதிநிதித்துவ சட்டம் 1951, பிரிவு 123, விதி 7ன் படி இந்திரா, தேர்தல் விதிகளை மீறியுள்ளது நிருபிக்கப்பட்டுள்ளது. ஆகவே, ரேபரேலி மக்களவைத் தொகுதியில் இருந்து அவர் எம்.பி.யாகத் தேர்வானது செல்லாது.'

தீர்ப்பு விவரம் செவிவழியாக வந்ததும் இந்திராவின் அறைக்குள் சென்றார் பிரதமரின் செயலக அதிகாரி என்.கே. சேஷன். இந்திராவிடம் இருந்து எந்தவித சலனமும் இல்லை. ஆனால், அவருடைய முகம் சிவக்கத் தொடங்கியது. சில நொடிகள் நிதானித்த சேஷன், தீர்ப்பின் உள் விவரங்களையும் எடுத்துச் சொன்னார்.

'தேர்தல் முறைகேட்டில் ஈடுபட்டு தண்டனை பெற்றவர்கள் அடுத்த ஆறு வருடங்களுக்குத் தேர்தலில் போட்டியிட முடியாது. அதேசமயம், மேல்முறையீடு செய்வதற்கு மூன்று வாரகாலம் அவகாசம் அளிக்கப்பட்டிருக்கிறது. தவிரவும், பிரதமரான நீங்கள் உடனடியாகப் பதவியை ராஜினாமா செய்யவேண்டும்.

உங்களுக்குப் பதிலாக வேறொரு நபரை அந்தப் பதவியில் அமர்த்துவதற்கு இருபது நாள்கள் அவகாசம் தந்திருக்கிறார்கள்'

இந்திராவின் முகம் இறுகியிருந்தது.

இந்திராவின் நாற்காலியில் இன்னொருவரா? நினைத்துக்கூடப் பார்க்கமுடியவில்லை காங்கிரஸ்காரர்களால். இந்தியா என்றால் இந்திரா. இந்திரா என்றால் இந்தியா. இதுதான் தொண்டர்களின் எண்ணம். தலைவர்களும் அப்படியே.

'சித்தார்த்த சங்கர் ரேவை அழைத்துவாருங்கள்'

இந்திராவின் நட்பு வட்டத்துக்குள் முக்கியமான நபர் இவர். தேர்ந்த நிர்வாகி. நுணுக்கமான சிந்தனையாளர். அறிவுஜீவி. மேற்கு வங்க முதல்வராகச் செயல்பட்டுக் கொண்டிருப்பவர்.

ரே வருவதற்கு முன்புவரை அங்கே மூன்று விஷயங்கள்தான் அலசப்பட்டுக் கொண்டிருந்தது. ஒரு குழுவினர், ஜெகஜீவன் ராமைப் பிரதமராக்கிவிடலாம் என்றனர். இன்னொரு குழுவினர், ஸ்வரண்சிங்கை பிரதமராக்கிவிட்டு இந்திரா ஒதுங்கிக்கொள்ளலாம் என்றனர். இந்த இரண்டுகுழுவினருமே வாய் திறந்து பேசாமல் மௌன பாஷை பேசிக்கொண்டிருந்தவர் கள். மூன்றாவதாக ஒருகுழு இயங்கியது. அவர்களுக்குத் தலைமை, சஞ்சய்.

●

ஆலோசனை நடத்துவதற்காக அமைச்சரவை சகாக்களை அழைத்தார் இந்திரா. 'நீங்கள் ராஜினாமா செய்யத் தேவை யில்லை. தீர்ப்பை எதிர்த்துப் போராடலாம்' இதுதான் ஒட்டுமொத்த கருத்தாக இருந்தது. விருட்டென எழுந்த இந்திரா, சஞ்சயை அழைத்துக்கொண்டு அறைக்குள் சென்றார். சில நிமிட ஆலோசனைகளுக்குப் பிறகு இருவரும் வெளியே வந்தனர். 'அலகாபாத் தீர்ப்புக்குத் தடை வாங்கவேண்டும். ஆகவேண்டி யதைச் செய்யுங்கள்.' இதற்காகவே காத்துக்கொண்டிருந்த வழக்கறிஞர் ஃப்ராங்க் அந்தோணி மின்னல் வேகத்தில் புறப்பட்டார்.

சஞ்சய் படு பிஸியாக இயங்கிக் கொண்டிருந்தார். தன்னுடைய சகாக்களான ஹரியானா மாநில முதல்வர் பன்சிலால், ஆர்.கே.

தவான் மற்றும் ஓம் மேத்தா ஆகியோருடன் ஆலோசனை நடத்தியவண்ணம் இருந்தார். இவர்களில் ஆர்.கே. தவான், பிரதமரின் தனிச்செயலர். யஷ்பால் கபூர் தேர்தல் முகவரானதும் அவருக்குப் பதிலாக நியமனம் செய்யப்பட்டவர். இந்திராவின் அமைச்சரவையில் உள்துறை துணையமைச்சராக இருந்தவர் ஓம் மேத்தா.

சஞ்சய் காந்தி இரண்டு விஷயங்களில் தெளிவாக இருந்தார். 'அம்மாவுக்கு எதிராகக் கட்சிக்குள் ஒருவர்கூட வாய் திறக்கக் கூடாது. தார்மிக அடிப்படை, மனசாட்சிக்கு பயப்பட வேண்டும் போன்ற உதவாக்கரை வார்த்தைகள் எதுவும் காங்கிரஸ் தலைவர்களின் சிந்தனையில்கூட இருக்கக் கூடாது' தலையாட்டினார்கள் சகாக்கள். 'அம்மாவுக்கு ஆதரவாக மக்களை ஒன்றுதிரட்டி, நாடு முழுக்க இந்திரா அலையை ஏற்படுத்த வேண்டும்' இரண்டே விஷயங்கள். இதை வெற்றிகரமாக முடித்துவிட்டால் யாராலும் நம்மை எதுவும் செய்யமுடியாது. எப்படி முடிக்கப்போகிறீர்கள்? குரலை உயர்த்திக் கேட்டார் சஞ்சய். திட்டங்கள் இருந்தாலும் அதை வெளிப்படையாகச் சொல்வதற்கு அவருடைய சகாக்களுக்கு அத்தனை தைரியம் கிடையாது. அவரே சொல்லட்டும் என்று அமைதி காத்தனர்.

'அம்மாவுக்கு ஆதரவாக ஒட்டுமொத்த இந்தியாவும் திரள வேண்டும் என்றால் நீங்கள் செய்யவேண்டியது ஒன்றுதான். உடனடியாக எல்லா மாநிலங்களில் இருந்தும் காங்கிரஸ் தொண்டர்களை டெல்லிக்கு வரவழைத்து ஊர்வலம் நடத்துங் கள். பேரணி நடத்துங்கள். ஆட்கள் வரவேண்டும். டெல்லி திணற வேண்டும்' கண்டிப்பான குரலில் சொல்லிவிட்டார் சஞ்சய். இளவரசர் உத்தரவிட்ட பிறகு பேசுவதற்கு என்ன இருக்கிறது?

முதலில் களத்தில் குதித்தவர் பன்சிலால். உத்தரவுகள் காற்றை விட வேகமாக ஹரியானா மாநில காங்கிரஸ் கமிட்டிக்குப் பறந்தன. மின்னல் வேகத்தில் ஆட்கள் திரட்டப்பட்டனர். அத்தனை பேரும் பேருந்து, ரயில் என்று கிடைத்த வாகனங்களில் எல்லாம் டில்லிக்கு அழைத்து வரப்பட்டனர். தேவைப்பட்டால் இழுத்துவரவும் தயாராக இருந்தனர் பன்சிலாலின் அடிப் பொடிகள்.

கூடுதலாக, ராஜஸ்தான் மற்றும் உத்தரப் பிரதேசத்தில் இருந்தும் காங்கிரஸ் தொண்டர்கள் அழைத்துவரப்பட்டனர். டெல்லி முழுக்க பிற மாநில மக்களாகத் தென்பட்டனர்.

சஞ்சய் விரும்பியது இதைத்தான். அரசு ஊழியர்கள் எல்லோரும் ஊர்வலத்தில் கலந்துகொள்ளவேண்டும் என்றும் மறுத்தால் அன்றைய தினத்துக்கான சம்பளம் பிடிக்கப்படும் என்றும் வாய்மொழி உத்தரவுகள் பிறப்பிக்கப்பட்டன.

தீர்ப்பு வெளியானதில் இருந்து இருவார காலத்துக்கு டெல்லி முழுக்க வெறும் பேரணிகள்தான். அத்தனையும் இந்திரா வாழ்க என்ற ஒரே மந்திரத்தையே திரும்பத் திரும்ப ஒலித்தன. அவ்வப் போது என்ன நடந்து கொண்டிருக்கிறது என்பதைத் தன்னுடைய சகாக்கள் மூலமாகத் தெரிந்துகொண்டார் இளவரசர் சஞ்சய்.

டெல்லி போக்குவரத்துக் கழகத்துக்குச் சொந்தமான சுமார் இரண்டாயிரம் பேருந்துகள் காங்கிரஸ் கட்சியினர் டெல்லி வந்து போவதற்காகப் புழக்கத்தில் விடப்பட்டன. மற்ற மாநிலப் பேருந்துகளும் அதே காரணத்துக்காகக் களத்தில் இறங்கி யிருந்தன. ரயில்களைக்கூட விட்டுவைக்கவில்லை. டிக்கெட் எதுவும் வாங்கிக் கொள்ளாமலே மக்கள் அவசரம் அவசரமாக டெல்லிக்குக் கொண்டுவரப்பட்டனர். எங்கு பார்த்தாலும் இந்திரா வாழ்க கோஷம் வெளுத்துக் கட்டியது. இந்திராவின் வீட்டுக்கு முன்னால் மக்கள் திரண்ட வண்ணம் இருந்தனர். இதனால் அடிக்கடி வெளியே வந்து மக்களைப் பார்த்து கையசைத்துக் கொண்டிருந்தார் இந்திரா.

•

ஜூன் 18, 1975. காங்கிரஸ் கட்சியின் நாடாளுமன்றக்குழுக் கூட்டம் அது. என்ன செய்வது என்பதெல்லாம் முன்கூட்டியே முடிவு செய்யப்பட்டிருந்தது. மூத்த தலைவரான ஜெகஜீவன் ராம் தீர்மானம் ஒன்றை முன்மொழிந்தார். ஏற்கெனவே ஒத்திகை பார்க்கப்பட்ட விஷயம்தான் என்பதால் துளியும் தடுமாற்றம் இல்லாமல் தீர்மான வாசகங்களைப் படித்தார். 'காங்கிரஸ் கட்சிக்கு மாத்திரம் அல்ல, ஒட்டுமொத்த இந்தியாவுக்கும் இந்திராகாந்தியின் சேவை அத்தியாவசியாமானது' கூட்டத்தில் பலத்த கைதட்டல். விசுவாசத்தின் அளவை எல்லோராலும் உணர முடிந்தது, இந்திரா உள்பட.

தீர்மானம் வாக்கெடுப்புக்கு விடப்பட்டது. ஆதரவாக விழுந்த வாக்குகளின் எண்ணிக்கை 450. எதிர்த்து விழுந்தவை 44. இந்திராவுக்குப் பதிலாகக் காங்கிரஸ் கட்சியின் நாடாளு மன்றக்குழுத் தலைவராக எவரையும் தேர்வு செய்ய யாருக்கும் விருப்பமில்லை என்பதுதான் அந்தத் தீர்மானத்தின் சாரம். அதுதான் காங்கிரஸ்.

தீர்மானம் நிறைவேற்றப்பட்ட இரண்டாவது நாள் டெல்லி போட் கிளப் மைதானத்தில் பிரமாண்ட பேரணி ஏற்பாடாகி யிருந்தது. அதில் இந்திரா கலந்துகொண்டார். அப்போது இந்திராவின் வலது புறம் சஞ்சய், இடது புறம் ராஜிவ். அவருக்கு அருகில் சோனியா. அபரிமிதமாகத் திரண்டிருந்த கூட்டத்தைப் பார்த்ததும் இந்திராவுக்குப் புதிய தெம்பு வந்திருந்தது. உருக்கமான குரலில் பேசத் தொடங்கினார்.

'மக்களுக்குச் சேவை செய்வது மாத்திரமே நேரு குடும்பத்தின் பணி. அதைத்தான் நானும் செய்து கொண்டிருக்கிறேன். என்னுடைய இறுதி மூச்சு வெளியேறும்வரை அந்தப் பணியில்தான் நான் ஈடுபட்டுக்கொண்டிருப்பேன். அதற்காகவே நான் பிரதமர் பதவியில் நீடிக்கப் போகிறேன்.'

தான் எப்படிப்பட்ட முடிவை எடுத்திருக்கிறேன் என்பதை எதிர்க்கட்சிகளுக்குக் கோடிட்டுக் காட்டியிருந்தார் இந்திரா. அவ்வளவுதான். சாலைக்கு வந்துவிட்டனர் எதிர்க்கட்சியினர். 'பதவிக்குத் தகுதியற்றவர் என்று நீதிமன்றம் அறிவித்தபிறகும் நாற்காலியில் ஒட்டிக் கொண்டிருப்பது சட்டவிரோதம். தொடர்ந்து சட்டத்தை அவமதிக்கும் காரியத்தில் ஈடுபட வேண்டாம். உடனடியாகப் பதவி விலகுங்கள்.'

போட் கிளப் மைதானத்தில் இந்திராவின் பேரணி நடந்த ஐந்தாவது நாள் டெல்லியில் ராம் லீலா மைதானத்தில் பிரமாண்டப் பொதுக்கூட்டத்துக்கு ஏற்பாடு செய்திருந்தார் ஜே.பி. அவருக்கு நேசக்கரம் நீட்டியிருந்தார் மொரார்ஜி தேசாய். இருவரும் ஒரே மேடையில் இந்திராவுக்கு எதிராகக் கண்டனக் குரல்களைப் பதிவு செய்தனர்.

'அலகாபாத் உயர்நீதிமன்றத் தீர்ப்புக்குத் தலைவணங்கி உடனடியாகப் பதவி விலகுவதுதான் இந்திராவுக்கு அழகு' என்றார் மொரார்ஜி தேசாய்.' நடந்துகொண்டிருப்பது சட்ட

விரோத அரசு. அப்படிப்பட்ட அரசின் உத்தரவுகள் எதையும் காவல்துறையினர் ஏற்கவேண்டிய அவசியம் இல்லை. ராணுவம், அரசுக்குக் கட்டுப்பட வேண்டிய நிர்ப்பந்தம் எதுவும் இல்லை' என்றார் ஜே.பி.

ஒரு வார்த்தை விடாமல் அனைத்தையும் சேகரித்து இந்திராவின் காதுகளில் சேர்த்தனர் அவருடைய சகாக்கள். தனக்கு எதிராக மிகப்பெரிய படை திரண்டு கொண்டிருப்பது இந்திராவுக்கு நன்றாகவே புரிந்திருந்தது. 'அரசியல் ரீதியாக ஊர்வலம் நடத்துவது, பேரணி போவது, ஆட்களைத் திரட்டி கோஷம் போடுவது எல்லாம் போதாது. சட்டரீதியாகக் காய் நகர்த்தா விட்டால் தோல்விக்குச் சேவகம் செய்துகொண்டிருக்க வேண்டியதுதான்' தெளிவாகப் பேசினார் இந்திரா. .

●

இந்திராவின் சார்பாக உச்சநீதிமன்றத்தில் மேல்முறையீடு செய்யப்பட்டது. அப்போது இந்திராவுக்கு ஆஜராகத் தயார் என்று அறிவித்து இன்ப அதிர்ச்சி அளித்தார் பிரபல வழக் கறிஞரான நானி பல்கிவாலா.

'வந்தனம் பல்கிவாலா'.

வழக்கில் பாதி வெற்றி கிடைத்துவிட்டதுபோல இருந்தது இந்திராவுக்கு. எதிர்முனையில் ராஜ் நாராயணனுக்கு ஆதரவாகப் பிரபல வழக்கறிஞர் சாந்திபூஷன் வாதாடினார். 'அலகாபாத் உயர்நீதிமன்றம் வழங்கிய தீர்ப்புக்கு முழுவதுமாகத் தடை விதிக்கவேண்டும். அந்தத் தீர்ப்பினை ரத்து செய்யவேண்டும்' இதுதான் இந்திரா தாக்கல் செய்த மனு.

அது கோடைக்காலம் என்பதால் நீதிபதிகள் விடுமுறையில் சென்றிருந்தனர். அப்போது விடுமுறைக்கால நீதிபதியாக இருந்தவர் வி.ஆர். கிருஷ்ணய்யர். இந்திராவின் மனுவை விசாரணைக்கு எடுத்துக்கொண்ட நீதிபதி, இருதரப்பு விவாதங் களையும் கேட்டபிறகு தீர்ப்பை வாசிக்கத் தொடங்கினார்.

'மனுவில் குறிப்பிடப்பட்டுள்ள உயர்நீதி மன்றத்தின் தீர்ப்பு செயல்படுத்தப்படுவதற்குத் தடை விதிக்கப் படுகிறது. மக்கள் பிரதிநிதித்துவச் சட்டம் 1951ன் பிரிவு 8 ஏவின் படி. மனுதாரரின் நாடாளுமன்ற உறுப்பினர்

பதவியிழப்பு குறித்த ஆணைக்கு இடைக்காலத் தடை விதிக்கப்படுகிறது. இதன்மூலம் சில நிபந்தனைகளுடன் மனுதாரர் மக்களவை உறுப்பினராக நீடிப்பார். மனுதாரர் மக்களவை உறுப்பினர் என்ற முறையில் மக்களவை வருகைப் பதிவேட்டில் கையெழுத்திடலாம். மக்களவைக்குள்ளும் நுழையலாம்.

ஆனால், அவை நடவடிக்கைகள் எதிலும் கலந்துகொள்ள அனுமதி கிடையாது. திடீரென வாக்கெடுப்பு ஏதும் நடத்தப்பட்டால், மனுதாரருக்கு வாக்களிக்க உரிமை கிடையாது. மக்களவை உறுப்பினருக்கான ஊதியத்தை யும் அவர் பெற முடியாது. மேற்கண்ட நிபந்தனைகளுடன் மனுதாரர் பிரதமராக, அமைச்சராக நீடிப்பதில் எந்தவிதத் தடையும் இல்லை. மேலும், பிரதமர் என்ற முறையில் நாடாளுமன்ற மக்களவை மற்றும் மாநிலங்களவையில் பேசலாம். இந்திய அரசியலமைப்புச் சட்டத்தின் 74, 75, 78 மற்றும் 88 ஆகியவற்றில் குறிப்பிடப்பட்டுள்ள பிரதமருக்கான பிற கடமைகளை அவர் செய்யலாம். ஆனாலும் வாக்களிக்கும் உரிமை கிடையாது. ஆனால் பிரதமருக்கான ஊதியம் உண்டு.'

பிரதமர் ராஜினாமா செய்யவேண்டிய அவசியம் இல்லை என்பதால் எதிர்க்கட்சிகள் மத்தியில் பலத்த அதிருப்தி. இந்திரா வின் அரசு சட்டவிரோத அரசு என்று விமரிசிக்கத் தொடங்கினர். தீர்ப்பு வந்தபிறகும் இந்திராவுக்கு நிம்மதியில்லை. அரைகுறை யாகத்தான் வேலை முடிந்தது போல இருந்தது அவருக்கு. ஏதாவது செய்து தம்மீது படிந்திருக்கும் கறையை முற்றிலுமாக நீக்கவேண்டும் என்பதுதான் இந்திராவின் ஒரே நோக்கம்.

பதற்றத்தின் உச்சத்தில் இருந்த இந்திராவுக்கு அப்போது மேற்கு வங்க முதல்வராக இருந்த சித்தார்த்த சங்கர் ரே என்பவர்தான் அறிவிக்கப்படாத அரசியல் ஆலோசகராகச் செயல்பட்டுக் கொண்டிருந்தார்.

●

ஜூன் 25, 1975. டெல்லியில் தங்கியிருந்த மேற்குவங்க முதல்வரின் தொலைபேசி மணியடித்தது. ரிசீவரை எடுத்தார் ரே. 'நான் ஆர்.கே. தவான் பேசுகிறேன். இந்திராஜி உங்களைப் பார்க்கவிரும்புகிறார்.'

உடனே அலறிப்புடைத்துக்கொண்டு சப்தர்ஜங் சாலை இல்லத் துக்கு ஓடிவந்தார் ரே. அங்கே இந்திராவும் ரேவும் சில மணி நேரங்கள் விவாதித்தனர். இறுதியாக ரே ஒரு யோசனையைச் சொன்னார். குடியரசுத் தலைவரின் அறிவிப்பு மூலம் உள்நாட்டு நெருக்கடி நிலையைக் கொண்டுவருவதுதான் சரியான வழி.'

ரேவின் ஆலோசனை முதல் பார்வையில் புதுமையாக இருந் தாலும் உன்னிப்பாகக் கவனித்தபோது, திகிலைக் கொடுத்தது. கொஞ்சம் பிசகினாலும் இந்திராவின் இமேஜ் அதலபாதாளத் துக்குப் போய்விடும். ஆனாலும் வேறு வழியில்லை. இதுதான் நிலை.

16. ஆயுதக்கலகம்?

சித்தார்த்த சங்கர் ரேவுக்கு காங்கிரஸ் கட்சிக்குள்
அபரிமிதமான மரியாதை உருவாகியிருந்தது.
ஜெகஜீவன் ராம், ஒய்.பி. சவான் போன்ற
அனுபவஸ்தர்கள் இருந்தபோதும் இந்திரா
நேரடியாக ரேவை அழைத்து, அவருடைய
ஆலோசனைகளுக்கு மதிப்பு கொடுத்து வருவது
மற்ற தலைவர்களிடையே பிரமிப்பை ஏற்படுத்தி
யிருந்தது. தன்னை நம்புகிறார். தன்னுடைய
வார்த்தைகளை நம்புகிறார் என்பது ரேவுக்கு
நன்றாகப் புரிந்திருந்தது. ஆகவே வார்த்தைகளில்
கூடுதல் கவனம் செலுத்தினார்.

'இந்திய அரசியலமைப்புச் சட்டத்தில் 352-ம் பிரிவு
அபரிமிதமான சக்தியை உள்ளடக்கியது. அதனைப்
பயன்படுத்தி, உள்நாட்டு நெருக்கடி நிலையைக்
கொண்டுவர முடியும் இந்திராஜி. யுத்தம் அல்லது
வெளிநாட்டுப் படையெடுப்பு அல்லது ஆயுதம்

தாங்கிய உள்நாட்டுக் கலகம் போன்ற காரணங்களால் இந்தியாவின் பாதுகாப்புக்கு அல்லது இந்தியாவின் ஏதாவது ஒரு பகுதியின் பாதுகாப்புக்கு ஆபத்து ஏற்பட்டு, நெருக்கடி நிலை உருவாகி இருப்பதாக குடியரசுத் தலைவர் கருதினால், ஒரு பிரகடனத்தின் மூலம் இந்தியா முழுவதும் அல்லது இந்தியாவின் ஒரு பகுதியில் நெருக்கடி நிலை இருப்பதாக அறிவிக்கலாம்.'

'எல்லாம் சரி, இப்போது நீங்கள் சொல்வதுபோல் அசம்பாவிதம் ஏதும் நடந்துவிடவில்லையே? நாமாக வலிந்து ஏன் அப்படியொரு தோற்றத்தை உருவாக்கவேண்டும்?'

பதற்றம் குறையாமல் கேட்டார் இந்திரா.

'அமைதி.. அமைதி.. இந்தச் சட்டத்தில் அதற்கான வாய்ப்புகள் பிரகாசமாக இருக்கின்றன. நெருக்கடி நிலையைக் கொண்டு வந்துவிட்டால் ஆயுதங்கள் இன்றிக் கூடும் உரிமை (பிரிவு 19) மற்றும் முறைகேடான கைதுகளுக்கு எதிராக நீதிமன்றத்தில் நிவாரணம் பெறும் உரிமை (பிரிவு 22) ஆகியவற்றை நெருக்கடி நிலையின் போது செயலிழக்கம் செய்யமுடியும். இவற்றின் மூலம் எதிர்க்கட்சிகளின் போராட்டத்தை ஆயுதக்கலகம் என்று பெயர் வைத்து நாட்டில் நெருக்கடி நிலையை அமல்செய்துவிட முடியும்'

ரே பேசப் பேச இந்திராவின் முகத்தில் பிரகாசம் கூடிக்கொண்டே போனது. இப்படியொரு ஆலோசனைக்காகவே காத்துக் கொண்டிருந்தார் இந்திரா. எதிர்பார்ப்பு பூர்த்தியாகி வருவதன் பூரிப்பு அவருடைய முகத்தில் அப்பட்டமாகத் தெரிந்தது.

'ஊர்வலம், பேரணி என்று இயங்கிக் கொண்டிருக்கிறார்கள் எதிர்க்கட்சித் தொண்டர்கள். அப்படியிருக்க, அவர்களுடைய போராட்டங்களை ஆயுதக்கலகம் என்று சொல்வது சாத்தியமா?'

'சாத்தியமே. அதற்கான திட்டங்கள் என்னிடம் இருக்கின்றன. எதிர்க்கட்சித் தலைவர்களின் வீரியமிக்க பேச்சுகளையே அவர்களுக்கு எதிராகத் திருப்பிவிட முடியும். சட்ட விரோதமான அரசாங்கத்திடம் இருந்து வருகின்ற கட்டளைகளை காவல்துறையும் ராணுவமும் ஏற்றுக்கொள்ளவேண்டிய அவசியம் இல்லை என்று ஜே.பி. சமீபத்தில் நடந்த பேரணியில் பேசியிருக்கிறார்.'

‘ஆமாம். தெரியும்’

‘அதேபோல, ‘ஓரியானா ஃபல்லசி’ என்ற இத்தாலிய பத்திரிகைக்குப் பேட்டியளித்த மொரார்ஜி, ‘சப்தர்ஜங் சாலையில் இருக்கும் பிரதமர் இல்லத்தின் வெளியே விடிய விடிய முற்றுகை இட்டிருப்போம். பதவி விலகுமாறு தொடர்ந்து நிர்ப்பந்தம் கொடுப்போம். நாட்டின் நன்மை கருதி இவற்றைச் செய்வதால், எங்களுக்கு மக்களுடைய பரிபூரண ஆதரவு கிடைக்கும். எங்களுடைய வீரியமிக்கப் போராட்டத்துக்கு முன்னால் அந்தப் பெண்மணியால் ஒன்றுமே செய்யமுடியாது என்று பேட்டி கொடுத்திருக்கிறார். இந்த இரண்டு விஷயங்களுமே ஆயுதக் கலகத்தைத் தூண்டுகிறார்கள் என்பதற்கான சாட்சியங்கள்.’

‘நல்லது ரே. நெருக்கடி நிலை தீர்மானத்தை எடுத்துக்கொண்டு நீங்களே குடியரசுத் தலைவரை சந்தியுங்கள்’

தூக்கிவாரிப் போட்டது ரேவுக்கு.

‘நான் ஒரு மாநில முதலமைச்சர். நெருக்கடி நிலை தீர்மானத்தைக் கொடுப்பதற்கு நான் ஒன்றும் பிரதமர் அல்ல. வேண்டுமானால் உங்களுடன் குடியரசுத் தலைவர் மாளிகைக்கு வருகிறேன்.’

●

சரியாக ஐந்து மணிக்கு குடியரசுத் தலைவர் மாளிகையை நோக்கி இந்திராவின் கார் செல்லத் தொடங்கியது. அப்போதைய குடியரசுத் தலைவர் ஃபக்ருதீன் அலி அகமது. இந்திராவின் அமைச்சரவையில் இடம் பெற்றிருந்தவர்.

‘ஜே.பி. மற்றும் மொரார்ஜியின் பேச்சுகள் வன்முறையைத் தூண்டுகின்றன. அதற்கான ஆதாரங்களும் இருக்கின்றன. அவற்றை வைத்துப் பார்க்கும்போது, ஆயுதக்கலகம் ஏற்படும் சூழல் தெரிகிறது. அதைத் தடுத்து நிறுத்துவது அவசியம். ஆகவே, மொரார்ஜி மற்றும் ஜே.பி.யின் பேச்சுக்களை அடிப்படையாக வைத்து நாட்டில் நெருக்கடி நிலையை அமல்படுத்தவேண்டும்.’

விஷயத்தைக் கச்சிதமாகப் புரிந்து கொண்டார் ஃபக்ருதீன் அலி அகமது என்ற முன்னாள் காங்கிரஸ்காரர். மீண்டும் இந்திராவே பேசினார். ‘நெருக்கடி நிலை அமல்படுத்தவேண்டும் என்பதை

வலியுறுத்தி அமைச்சரவை எழுத்து மூலமாகத் தீர்மானம் நிறைவேற்றித் தரவேண்டும் என்று வற்புறுத்தவேண்டாம். உடனடியாக நெருக்கடி நிலையை அமல்படுத்துங்கள். உங்களுடைய ஆணை, மத்திய அமைச்சரவையால் விரைவில் ஏற்றுக்கொள்ளப்படும்.'

'நல்லது. நீங்கள் போய் நெருக்கடி நிலை தீர்மானத்தை அனுப்புங்கள்' விடைகொடுத்தார் குடியரசுத் தலைவர். சப்தர்ஜங் சாலை இல்லத்துக்கு இந்திராவும் ரேவும் வருவதற்குள் நெருக்கடி நிலைக்கான தீர்மானத்தைத் தயராக இருந்தன. அதிலிருந்த வாசகங்கள்:

'நாட்டின் பாதுகாப்புக்குக் குந்தகம் ஏற்பட்டுள்ளது. ஆகவே, உடனடியாக நெருக்கடி நிலையை அமல்படுத்தியாகவேண்டும். இதுவிஷயமாக என்னுடைய அமைச்சரவையிடம் பேசலாம் என்று நினைத்தேன். ஆனால் அதற்கு காலம் இடம் கொடுக்க வில்லை. நாளை காலை முதல்வேலையாக நெருக்கடி நிலை விஷயத்தை அமைச்சரவை சகாக்களிடம் தெரிவித்து விடுகிறேன்.'

இந்திரா பேசினார். 'நாளை அமைச்சரவைக்கூட்டம் நடக்க இருக்கிறது என்ற தகவலை காலை ஐந்து மணிக்கு எல்லா அமைச்சர்களிடமும் சொல்லிவிடுங்கள். ஆறு மணிக்குக் கூட்டத் தொடங்கிவிடும்' உத்தரவிட்ட அடுத்த நொடி அறைக் குள் சென்றுவிட்டார். நெருக்கடி நிலை அமல்படுத்துவதற்கான கடிதத்தை நேரில் சென்று கொடுப்பதற்காகப் புறப்பட்டார் பிரதமரின் தனிச்செயலர் ஆர். கே. தவான். தவான் திரும்பி வருவதற்குள் இந்திராவும் ரேவும் உரை தயாரிப்புப் பணியில் ஈடுபட்டிருந்தனர். மறுநாள் வானொலியில் பேசுவதற்காக. அவ்வப்போது சஞ்சய் வந்து இந்திராவிடம் ஆலோசனை நடத்திவிட்டுச் சென்றார்.

உண்மையில் இந்திராவைவிட அதிகம் பதற்றத்துடன் இருந்தவர் சஞ்சய்தான். தனக்கு நெருக்கமான பன்சிலால், ஆர். கே. தவான், ஓம் மேத்தா ஆகியோருடன் இணைந்து முக்கியமான பட்டியலை ஒன்றைத் தயாரிக்கும் பணியில் ஈடுபட்டிருந்தார். அவர்களுக்கு ஒத்தாசையாக 'ரா' அதிகாரிகள்.

பட்டியலின் நீளம் அதிகரித்துக்கொண்டே போனது. அதில் காங்கிரஸ் கட்சியின் தலைவர்கள் பெயரும் இடம்பெற்றன.

நெருக்கடி நிலை அமல்படுத்தப்பட்ட பிறகு யார் யாரை யெல்லாம் கைது செய்யவேண்டும் என்பதற்கான பட்டியல் அது. பிறகெப்படி காங்கிரஸ் தலைவர்களின் பெயர்? அதுதான் இந்திரா. அதுதான் சஞ்சய். கலகக்காரர்கள் எதிர் முகாமில் மட்டுமே இருக்கவேண்டுமா என்ன?

கைது செய்யலாம் சரி. ஆனால் எந்தச் சட்டத்தின்கீழ் கைது செய்வது? மீண்டும் ஒரு ஆலோசனைக்கூட்டம். இந்திய தண்டனைச் சட்டப்பிரிவு 107ன் கீழ் குற்றத்தைத் தூண்டுதல் அல்லது உடந்தையாக இருத்தல் போன்ற குற்றாச்சாட்டுகளின் அடிப்படையில் கைது செய்யலாமா? சஞ்சயை இது கவரவில்லை. இறுதியில் அவர்கள் தேர்ந்தெடுத்தது மிசாவை. 1971-ல் கொண்டுவரப்பட்ட சட்டம். இதன் உட்பிரிவில் இன் னொரு நுணுக்கமான சங்கதி இருந்தது. 'ஒருமனிதர் நாட்டில் சுதந்தரமாக நடமாடுவது ஆபத்தானது என்று காவல்துறை சந்தேகப்பட்டால், அவரை மிசாவின் கீழ் கைது செய்யலாம்'. இன்னொரு உபயோகம், மிசாவில் கைதானவர்களுக்கு ஜாமீன் கிடையாது.

உண்மையில் மிசா சட்டம் கொண்டுவரப்பட்டதன் நோக்கமே வேறு. கடத்தல் காரியங்களில் ஈடுபடுபவர்கள், பதுக்கல் விஷயங்களில் பங்கேற்பவர்கள், கறுப்பு பணத்தைக் கையாளு பவர்கள் ஆகியோருக்குக் கிடுக்குப்பிடி போடுவதற்காகக் கொண்டுவரப்பட்ட சட்டம். முக்கியமாக, உணவுப் பொருட்கள் சந்தைக்கு வராமல் பதுக்கல் நடைபெற்று கடும் பற்றாக்குறை ஏற்பட்டபோது, அதனைச் சமாளிப்பதற்காகக் கொண்டு வரப்பட்ட சட்டம்.

எப்போது நெருக்கடி நிலை அமலாகும், தயாராக இருக்கும் சங்கதிகளை எல்லாம் சந்தைப்படுத்தலாம் என்று காத்துக் கொண்டிருந்தார் சஞ்சய். வீட்டு வாசலில் கார் வந்து நின்றது.

'ஆர்.கே. தவான் வந்துவிட்டார்'

அவருடைய கைகளில் குடியரசுத் தலைவர் ஃபக்ருதீன் அலி அகமது கையெழுத்திட்ட தீர்மானம் இருந்தது.

●

மறுநாள் காலை ஆறு மணிக்கு மத்திய அமைச்சரவைக்கூட்டம் தொடங்கியது. முக்கிய அமைச்சர்களான ஒய்.பி. சவான்,

பிரம்மானந்த ரெட்டி, ஜெகஜீவன் ராம், சி. சுப்ரமணியம் எல்லோரும் அங்கே ஆஜர். ஆனால் என்ன நடக்கப் போகிறது அல்லது என்ன நடந்து கொண்டிருக்கிறது என்பது பற்றி எவரும் வாய் திறக்கவில்லை. வாய்திறந்து கேட்கவும் இல்லை.

ஆனால் மத்திய சட்ட அமைச்சரான ஹெச். ஆர். கோகலேவைக் கூட யாரும் ஆலோசனை கேட்கவில்லை என்பது மற்ற அமைச்சர்களை லேசாக அதிருப்தி அடையச் செய்திருந்தது. தேர்ந்த சட்ட மேதை அவர். அதிருப்தி வெளியே தெரியாமல் பார்த்துக்கொண்டனர் அமைச்சர்கள். பதவி முக்கியம். அதற்கு சகிப்புத்தன்மை அதிமுக்கியம்.

நடந்த விஷயங்கள் எல்லாவற்றையும் தன்னுடைய அமைச் சரவை சகாக்களுக்கு விரிவாக எடுத்துச் சொன்னார் இந்திரா. இறுதியாக, குடியரசுத் தலைவரின் நெருக்கடி நிலை அறிவிப்பை அமைச்சரவை ஏற்றுக்கொண்டது.

17. நெருக்கடி நெருப்பாறு

முதல்கட்டமாக ஓம் மேத்தாவும் ஆர். கே. தவானும் நுணுக்கமான காரியம் ஒன்றைக் காதும் காதும் வைத்ததுபோல செய்து முடித்திருந்தனர். அவர்கள் சரிகட்ட விரும்பிய நபர், பி.எஸ். பந்தர். டெல்லி காவல்துறையின் துணை ஆணையராக இருந்தவர். பன்சிலாலின் செல்லப்பிள்ளை என்பதால் அவரை சந்தித்துப் பேசினர்.

'ஒன்றும் வேண்டாம் பந்தர். சில வெற்று கைது ஆணைகளில் கையெழுத்து போட்டுக்கொடுங் கள். மற்றதை நாங்கள் பார்த்துக்கொள்கிறோம்' மறுபேச்சு பேசாமல் கையெழுத்துப் போட்டுக் கொடுத்தார் பந்தர். கோடிட்ட இடத்தில் ஆட்களின் பெயரை நிரப்பிக்கொள்ளலாம், அதுவும் கைது செய்தபிறகு. இதுதான் அவர் களுடைய திட்டம்.

முதல் இலக்கு ஜே.பி. அவர் தன் நண்பர்களுடன் வாய்வலிக்கப் பேசிவிட்டு அசதியில் தூங்கிக்கொண்டிருந்தார். நள்ளிரவு நேரம். திடுதிப்பென வீட்டுக்குள் நுழைந்தது காவல்துறை. பாதித்தூக்கத்திலிருந்து எழுப்பப்பட்டார் ஜே.பி. கடிகாரத்தைப் பார்த்தார். மணி இரண்டரையைத் தாண்டியிருந்தது. ஜே.பியை சுமந்துகொண்டு நாடாளுமன்ற வீதியில் இருக்கும் காவல் நிலையத்துக்குச் சென்றது போலீஸ் வாகனம். சில நிமிடங் களுக்குக் காவல்துறை அதிகாரிகள் குசுகுசுவென பேசிக் கொண்டனர். அமைதியாக அமர்ந்திருந்தார் ஜே.பி.

சில நிமிட ஓய்வுக்குப் பிறகு மீண்டும் வாகனம் பயணிக்கத் தொடங்கியது. ஹரியானா மாநிலத்தை நோக்கி விரைந்து கொண்டிருந்தது வாகனம். ஆனால் எங்கே செல்கிறோம் என்பதை அதிகாரிகள் ஜே.பி.யிடம் சொல்லவில்லை. அவரும் கேட்கவில்லை.

வழிநெடுக பார்த்துக்கொண்டே போனார். சாலைகள் வெறிச் சோடிக் கிடந்தன. சோனா என்ற இடத்தில் உள்ள அரசு விருந்தினர் மாளிகை வாசலில் நின்றது வாகனம். அதிலிருந்து ஜே.பி. பத்திரமாக இறக்கப்பட்டார்.

'இங்கு எதற்காகக் கொண்டுவந்திருக்கிறீர்கள்?'

முதன்முறையாக வாய்திறந்து பேசினார் ஜே.பி.

'உங்களை இந்த இடத்தில்தான் சிறைவைக்கச் சொல்லி யிருக்கிறது மேலிடம்' சட்டென்று பதில் வந்தது காவல்துறை அதிகாரியிடமிருந்து.

'நல்லது'

வெறுமையாகத் தலையசைத்தார் ஜே.பி.

அடுத்த குறி, மொரார்ஜி தேசாய். அவரும் கைது செய்யப்பட்டு, அதே சோனா விருந்தினர் மாளிகைக்குக் கொண்டுவரப்பட்டார். இன்னொரு அறையில் அமரவைத்தனர்.

ஜே.பி. கைது செய்யப்பட்ட தகவல் யாருக்கும் தெரிவிக்கப்பட வில்லை. விடிந்ததும் அவரைச் சந்திப்பதற்காக சந்திரசேகர், ராம்தன் மற்றும் கிருஷ்ணகாந்த் ஆகியோர் வந்திருந்தனர். எதற்காக என்று கேட்டவர்களுக்கு ஒரே சொல்லில் பதிலளித்தார்கள். மிசா.

ஆட்டத்தை அதிரடியாகத் தொடங்கிவிட்டார் இந்திரா என்பது மூவருக்கும் புரிந்துவிட்டது. அடுத்தடுத்த சம்பவங்களைப் பற்றி யோசித்தபடியே பயணம் செய்தனர். பெருந்தலைகளுக்கே இதுதான் கதி என்றால் மற்றவர்களுக்கு? விடிய விடியத் தேடல் வேட்டை. விரட்டி விரட்டிக் கைது செய்யப்பட்டனர். ஜோதிபாசு, சரண் சிங், ராஜ் நாராயணன், முலாயம்சிங் யாதவ், லாலு பிரசாத் யாதவ் என்று மாநில வாரியாக யார் யாரெல்லாம் பெருந்தலைவர்களோ அவர்கள் எல்லாம் வரிசைக்கிரமமாகக் கைது செய்யப்பட்டனர். பட்டியலைப் பிரதியெடுத்து கையில் வைத்துக்கொண்டு களத்தில் இறங்கியிருந்ததால் குழப்ப மில்லாமல் நடந்துகொண்டிருந்தது கைதுப் படலம்.

கைதுப் படலத்தில் சில விநோத காட்சிகளும் உண்டு. நாடாளு மன்றக்குழு ஒன்றின் அன்றாடப் பணிகளுக்காக பெங்களூர் வந்திருந்தனர் அடல் பிஹாரி வாஜ்பாய், லால் கிருஷ்ண அத்வானி, மதுதண்டவதே ஆகியோர். கைது பட்டியலில் பெயர் இருந்ததால் அவர்களும் கைதாகினர். சொந்த காரணங்களுக்காக வெவ்வேறு இடங்களுக்குச் சென்றிருந்ததால் ஜார்ஜ் ஃபெர்ணான்டஸ், சுப்ரமணிய சுவாமி உள்ளிட்ட சிலர் மட்டும் கைதில் இருந்து தப்பித்தனர்.

தங்களைக் கைது செய்யச் சொல்லி உத்தரவு வரும் என்று தலைவர்கள் ஒருவர்கூட கணிக்கவில்லை. இத்தாலியப் பத்திரிகையாளர் ஓரியானா ஃபல்லஸி என்பவருக்குப் பேட்டி கொடுத்த மொரார்ஜி தேசாய், ‘எங்களைக் கைது செய்யச் சொல்லி இந்திரா உத்தரவிடுவார் என்று நான் நினைக்கவில்லை. அப்படிச் செய்வதற்குப் பதிலாக இந்திரா தற்கொலை செய்து கொள்வார்’ என்றுதான் பேட்டி கொடுத்திருந்தார். இந்திராவின் அரசியல் வேகத்தைப் பற்றி எல்லாத் தலைவர்களுமே தவறான சிந்தனையில் இருந்தனர் . இந்திரா ஒரு புதிய தலைமுறை அரசியல்வாதி என்பதைக் கணிக்கத் தவறியதன் விளைவு அது.

தலைவர்கள் கைது செய்யப்பட்ட விதம், அப்போது நடந்த அத்துமீறல்கள் ஆகியன குறித்து மறுநாள் செய்தித்தாள்களில் பக்கம் பக்கமாகச் செய்திகள் வந்திருந்தன. அத்தனையும் இந்திராவின் கவனத்துக்குக் கொண்டுவரப்பட்டது. இந்திரா வுக்கு என்றால் சஞ்சய்க்கும் சேர்த்து என்றுதான் அர்த்தம் செய்துகொள்ளவேண்டும். ஆர். கே. தவானையும் சஞ்சயையும் இந்திரா தன்னுடைய அறைக்கு அழைத்தார்.

அங்கே சித்தார்த்த சங்கர் ரே அமர்ந்து, உரை ஒன்றை வடிவமைத்துக் கொண்டிருந்தார். எமர்ஜென்சி தொடர்பாக வானொலி மூலமாக பிரதமர் ஆற்ற இருந்த உரை.

'நிறுத்தப்படவேண்டும். இம்மாதிரியான செய்திகள் துளியும் கசியக் கூடாது. மிஸ்டர் தவான். ஆகவேண்டியத்தைச் செய்யுங்கள்'

உத்தரவிட்டார் இந்திரா.

●

'பகதூர்ஷா சபர் மார்க் பகுதியில் மின்சாரம் நிறுத்தப்பட வேண்டும்'. டெல்லி துணை நிலை ஆளுநர் கிஷண் சந்திடம் இருந்து டெல்லி நகராட்சிக்கு உத்தரவு ஒன்று பறந்து வந்தது. ஏன் மின்சாரத் தடுப்பு? அதுவும் அந்தப் பகுதியில்? பெரும் பாலான செய்தித்தாள் நிறுவனங்கள் அனைத்துமே அந்தப் பகுதியில்தான் செயல்பட்டுக் கொண்டிருந்தன. எரிவதைப் பிடுங்கினால் கொதிப்பது நிற்கும் அல்லவா?

எதிர்பார்த்தது நடந்தது. செய்தித்தாள் அச்சடிக்கும் பணிகள் அடியோடு ஸ்தம்பித்தன. மறுநாளில் இருந்து எமர்ஜென்சி பற்றி ஒரு கட்டுரை? ஒரு செய்தி? ஒரு துணுக்கு? மருந்துக்குக்கூட வரவில்லை. சந்தோஷமாக இருந்தது சஞ்சயின் அடிப்பொடி களுக்கு. விஷயத்தைச் சொல்லி ஷொட்டு வாங்கிக் கொள்வதற் காக ஓடோடி வந்தனர். சஞ்சயின் முகத்தைப் பார்த்த மறுநொடி பின்வாங்கினர்.

ஆத்திரத்தில் சிவந்த கண்கள். கடுப்பேறிய முகம். மேஜையில் தி ஸ்டேட்ஸ்மென் மற்றும் ஹிந்துஸ்தான் டைம்ஸ் நாளிதழ்கள். எமர்ஜென்ஸி மற்றும் தலைவர்கள் கைது பற்றிய செய்திகள் சிரித்துக்கொண்டிருந்தன. எப்படிச் சாத்தியமானது? நீங்கள் எல்லாம் என்ன செய்துகொண்டிருக்கிறீர்கள்? வெறுப்பை உமிழ்ந்தார் சஞ்சய். அதன்பிறகுதான் விஷயமே புரிந்தது. அந்த இரண்டு பத்திரிகை நிறுவனங்களின் அலுவலகங்களும் புதுடெல்லியில் இயங்கின. ஆனால் மின்சாரம் நிறுத்தப்பட்டது சபர் மார்க் பகுதியில்.

உடனடியாகக் களத்தில் இறங்கியது காவல்துறை. ரயில்களில், பேருந்துகளில் பயணம் செய்துகொண்டிருந்த எல்லா நாளிதழ்

களும் பறிமுதல் செய்யப்பட்டன. பெரும்பாலான பத்திரிகைகள் தீக்குத் தின்னக் கொடுக்கப்பட்டன. ஆனால் சென்னை, பம்பாய், கல்கத்தாவில் பத்திரிகைகள் வெளியாகின, எமர்ஜென்சி செய்திகளோடு.

பம்பாயில் இருந்து வெளியான தி டைம்ஸ் ஆஃப் இந்தியா இரங்கல் செய்தி பாணியில் எமர்ஜென்ஸி செய்தியை வெளியிட்டது.

'ஜனநாயகம் மறைவு.

நேர்மையின் அன்புக்குரிய கணவர்

சுதந்தரத்தின் பாசமிகு தந்தை

பற்று, நம்பிக்கை, நீதியின் சகோதரர்

இவர் ஜூன் 26ம் நாள் மறைந்தார்'

எரிகின்ற நெருப்பில் எரிவாயு செலுத்துவதுபோல, செய்தி வெளியிட்டதோடு நிறுத்திக்கொள்ளாமல் விமரிசனமும் செய்தது இந்திராவை விசனப்படுத்திவிட்டது. இந்திராவைவிட அதிகமான ஆத்திரத்தில் இருந்தார் சஞ்சய். அப்போதைய செய்தி ஒலிபரப்புத் துறை அமைச்சர் ஐ.கே. குஜ்ராலை அழைத்தார் சஞ்சய். 'மிஸ்டர் குஜ்ரால். நாட்டில் நடக்கும் ஒவ்வொரு செய்தியும் என் கவனத்துக்கு வந்தபிறகுதான் வானொலியில் ஒலிபரப்பப்படவேண்டும்.'

'அதற்கெல்லாம் வாய்ப்பே இல்லை' எரிச்சலுடன் சொல்லி விட்டுக் கிளம்பிவிட்டார் குஜ்ரால்.

•

பிரதமர் இந்திரா நாட்டு மக்களுக்கு உரை நிகழ்த்த இருக்கிறார். அறிவிப்பு வெளியான நொடியில் இருந்து இந்தியா முழுக்க எதிர்பார்ப்பு அதிகரித்த வண்ணம் இருந்தது. என்ன பேசப் போகிறார்? யாரை குற்றம்சாட்டப் போகிறார்? என்ன சொல்லி சமாளிக்கப் போகிறார்? என்ன மாதிரியான உத்தரவுகள் வெளிவரும்?

பேசத் தொடங்கினார் இந்திரா. 'நம்முடைய குடியரசுத் தலைவர் அவசர நிலையைப் பிரகடனம் செய்திருக்கிறார். இதில் பதற்றம்

அடைவதற்கு எதுவும் இல்லை. இந்தியாவில் வசிக்கக்கூடிய சாதாரண, சாமானிய மக்களுக்கு, முக்கியமாகப் பெண் களுடைய முன்னேற்றத்துக்காக நான் பல நல்ல திட்டங்களை செயல்படுத்தத் திட்டமிட்டுள்ளேன். ஆனால் அவற்றை முறியடிக்கும் காரியத்தில் சதித்திட்டம் தீட்டி செயல்படுகின்றன எதிர்க்கட்சிகள். அவற்றைத் தடுப்பதற்காகவே எமர்ஜென்சி கொண்டுவரப்பட்டுள்ளது.'

அமைச்சர் ஐ.கே. குஜ்ரால் வீட்டு தொலைபேசி அலறியது. எதிர்முனையில் முகமது யூனுஸ். இந்திராவின் நெருங்கிய நண்பர். 'டெல்லியில் இருக்கும் பிபிசி அலுவலகத்தை மூடிவிட்டு, அதன் செய்தியாளரான மார்க் துலியைக் கைது செய்யுங்கள். அந்த நிறுவனம் ஜெகஜீவன்ராம் மற்றும் ஸ்வரண்சிங் பற்றி உண்மைக்கு மாறான செய்திகளை வெளியிட்டுள்ளது.'

'வெளிநாட்டைச் சேர்ந்த செய்தியாளர்களைக் கைது செய்வது என்னுடைய அமைச்சகத்தின் வேலை இல்லையே' விஷயத்தை இந்திராவின் கவனத்துக்கொண்டுசென்றார் குஜ்ரால். அன்று மாலையே குஜ்ராலுக்கு முடிவு கட்டப்பட்டது. 'சிக்கலான நிலைமைகளைச் சமாளிக்க, தகுந்த நபரை நியமிக்க இருக்கிறேன். ஆகவே நீங்கள் ஓய்வெடுக்கலாம்.'

அடுத்து, ஜனநாயகத்தின் நான்காவது தூணான பத்திரிகைத் துறை மீது தணிக்கை. ஜனநாயகமே இல்லை என்றான பிறகு தூணாவது, ஒன்றாவது? 'அதிகாரபூர்வமற்ற, பொறுப்பற்ற, அபாயகரமான செய்திகள், அறிக்கைகள், கட்டுரைகள் மற்றும் வதந்திகள் வெளிவராமல் பத்திரிகைகள் பாதுகாக்கப்பட தணிக்கைமுறை வழிகாட்டியாகச் செயல்படும். உரிய ஆலோசனைகளை வழங்கும். இனிமேல் மத்திய அரசு அதிகாரி பார்த்து அனுமதியளித்த பிறகே செய்திகள் வெளியிடப்பட வேண்டும்.'

உத்தரவு அனைத்து பத்திரிகை அலுவலகங்களையும் சென்று மோதின. வழிகாட்டும் நடைமுறைகள் மிகத் தெளிவாக வரையறுக்கப்பட்டிருந்தன.

• இந்தியாவில் சட்டரீதியாக உருவாக்கப்பட்ட அரசுக்கு எதிராக அதிருப்தி, வெறுப்பு, அவதூறு ஆகியவற்றை

வெளிப்படுத்தும் அல்லது அதிருப்தியைத் தூண்டும் எதுவும் பிரசுரம் செய்யப்படக் கூடாது.

- வெளியிடப்படும் செய்திகள் அது தணிக்கை செய்யப்பட்ட தற்கான எந்தவிதமான அடையாளமும் இருக்கக் கூடாது.
- கைது செய்யப்படும் தலைவர்களின் பெயர்கள் மற்றும் அவர்கள் வைக்கப்பட்டிருக்கும் இடங்கள் பற்றிய எந்த வொரு தகவலும் பிரசுரம் செய்யப்படக் கூடாது.
- ஏற்கெனவே பிரசுரம் செய்யப்பட்ட ஆட்சேபணைக்குரிய, சர்ச்சைக்குரிய செய்திகள் எதையும் மறுபிரசுரம் செய்யக் கூடாது.
- போராட்டங்கள் மற்றும் வன்முறைச் சம்பவங்கள் பற்றிய எந்தச் செய்தியும் வெளியிடப்படக் கூடாது.
- நாடாளுமன்றத்தில் மேற்கொள்ளப்பட வேண்டிய நட வடிக்கைகள் பற்றிய எந்தவித முன்னோட்டச் செய்திகளை யும் வெளியிடக் கூடாது.
- உச்சநீதிமன்றத்தில் நிலுவையில் இருக்கும் பிரதமரின் தேர்தல் குறித்த வழக்கு பற்றி எந்தச் செய்தியும் பிரசுரம் ஆகக் கூடாது.
- தடை செய்யப்பட்ட கட்சிகள் மற்றும் இயக்கங்களின் பிரதிநிதிகளிடம் இருந்து அறிக்கைகள் பெற்று பிரசுரம் செய்யக் கூடாது.

எல்லாப் பத்திரிகைகளும் தணிக்கை நடைமுறையில் சிக்கிக் கொண்டு மூச்சுத் திணறின. ஆனால் ஆல் இந்தியா ரேடியோ மட்டும் இந்திரா, சஞ்சய்க்கு லட்சார்ச்சனை செய்து கொண்டிருந்தது. சில பத்திரிகைகள் தங்களுடைய எதிர்ப்பைப் பதிவு செய்யும் வகையில் எமர்ஜென்ஸி குறித்த செய்திகள் இடம்பெற வேண்டிய இடத்தில் காலியாக விட்டு வெளி யிட்டன. இந்தியன் எக்ஸ்பிரஸ் மற்றும் துக்ளக் ஆகிய இதழ்கள் இந்த நடவடிக்கையில் இறங்கின. ஆனால், அவர்களுடைய முயற்சி நீண்ட நாள் நீடிக்கவில்லை.

அடுத்து அரசியல் எதிரிகள். மின்னல் வேகத்தில் காரியங்கள் நடந்தன. மொத்தம் இருபத்தாறு இயக்கங்கள் தடை செய்யப் பட்டன. அவற்றில் ராஷ்ட்ரிய ஸ்வயம் சேவக் சங்கம் என்ற

ஆர்.எஸ்.எஸ், ஜமாத் இ இஸ்லாமி இ ஜிஹாத், இந்திய கம்யூனிஸ்ட் (மார்க்சிஸ்ட் - லெனினிஸ்ட்), ஆனந்த மார்க்கம் உள்ளிட்ட இயக்கங்களும் அடக்கம்.

ஜூன் 29, 1975. மிசா சட்டத்தில் திருத்தம் கொண்டுவரப்பட்டது. மிசாவின்கீழ் ஒருவரைக் கைது செய்யும்போது, அவரிடம் கைதுக்கான காரணத்தைச் சொல்லவேண்டிய அவசியம் காவல்துறைக்கு இல்லை. நுணுக்கமான ஆலோசனையின்படி கொண்டுவரப்பட்ட திருத்தம். அந்தச் சமயத்தில் கிட்டத்தட்ட முப்பத்தைந்தாயிரம் பேர் மிசாவின்கீழ் கைதாகியிருந்தனர். எதிர்கட்சிகள் அதிர்ச்சியின் உச்சகட்டத்துக்குச் சென்றன. அவசரச் சட்டங்களைப் போட்டு அநியாயங்கள் நிகழ்த்தப்படு வதை அனுமதிக்கலாகாது என்று வானத்துக்கும் பூமிக்குமாகக் குதித்தவர்கள், நீதிமன்றத்தை அணுகினர். அவசரச் சட்டங்கள் அனைத்துமே செல்லாதவை என அறிவிக்கப்படவேண்டும் என்று வாதிட்டனர்.

எதிர்க்கட்சிகள் குமுறிக் கொண்டிருந்தாலும்கூட, நாட்டின் அன்றாட நிகழ்வுகளில் பல மாற்றங்கள் நிகழ்ந்த வண்ணம் இருந்தன. சாலையில் எந்தவித மறியலும் இல்லை. போராட்ட கோஷம் இல்லை. ஆஹா, எல்லோரும் அடங்கிவிட்டார்கள். எல்லாம் நினைத்தபடி நடக்கிறது. இனிமேல் அதிகமாக நினைக்கவேண்டும் என்று இந்திரா யோசித்துக்கொண்டிருக்கும் சமயத்தில் அந்தச் செய்தி அவரை இடிபோலத் தாக்கியது.

'இனிமேல் என்னால் தங்களுக்காக வாதாட முடியாது' இந்திரா வின் நம்பிக்கை நட்சத்திரமாக ஜொலித்துக் கொண்டிருந்த வழக்கறிஞர் நானி பல்கிவாலாவிடம் இருந்து இப்படியொரு அறிவிப்பு வரும் என்று கனவிலும் நினைக்கவில்லை. வேரோடு உலுக்கித் தள்ளியதுபோல இருந்தது இந்திராவுக்கு. ஏன் என்று விளக்கம் கேட்கப்பட்டது.

'அரசியலமைப்புச் சட்டம் பாதுகாக்கின்ற மக்களின் அடிப்படை உரிமைகளை எமர்ஜென்ஸி பறித்துவிட்டதால், என்னால் தங்களுக்கு ஆதரவாக வாதாட கொள்கை ரீதியாக விருப்ப மில்லை.'

இனிமேலும் பல்கிவாலாவை தாஜா செய்யமுடியாது. அப்படியே செய்தாலும் எதிர்பார்த்த பலன் கிடைக்கும் என்று அத்தனை உறுதியாகச் சொல்வதற்கில்லை. ஆகஸ்டு 11, 1975

அன்று இந்திராவின் வழக்கை ஐந்து நீதிபதிகள் கொண்ட பெஞ்ச் விசாரிக்க இருக்கிறது. என்ன செய்யலாம் என்பது குறித்து தனக்கு நெருக்கமான சகாக்களிடம் ஆலோசனை நடத்தினார் இந்திரா. இருக்கும் ஒரே வழி, மக்கள் மக்கள் பிரதிநிதித்துவ சட்டத்தில் திருத்தம் ஒன்றைக் கொண்டுவருவதுதான். வெறுமனே திருத்திவிடுவதால் மட்டும் பிரச்னைகள் தீராது. திருத்தத்தை முன் தேதியிட்டு அமல்படுத்த வேண்டும். அதன் மூலம் யஷ்பால் கபூர் நியமிக்கப்பட்டதை சட்டபூர்வமாக்க வேண்டும். இதுதான் இந்திராவின் ஒரே விருப்பம்.

●

ஜூலை *21, 1975*. நாடாளுமன்றம் கூட்டப்பட்டது. சபையின் நிகழ்ச்சி நிரல்கள் அதீத கவனத்துடன் வடிவமைக்கப் பட்டிருந்தன. பிரதமர் இந்திராவை அவை நடவடிக்கைகள் எந்தவிதத்திலும் சிக்கலில் ஆழ்த்திவிடக் கூடாது. வருத்தத்தை ஏற்படுத்திவிடக் கூடாது. ஆகவே, அவசர விஷயங்கள் மாத்திரமே சபையில் மேற்கொள்ளப்படவேண்டும் என்று அறிவுறுத்தப்பட்டிருந்தது. கவன ஈர்ப்பு, ஒத்திவைப்பு, வெட்டு என்ற அடைமொழியுடன் கூடிய எந்தவொரு தீர்மானமும் ஏற்கப்படாது என்று தீர்மானமாக முடிவு செய்திருந்தனர்.

கூடுதலாகப் பத்திரிகைகளுக்கு சுற்றறிக்கை ஒன்று அனுப்பப் பட்டது. 'தீர்மானம் தொடர்பாக எதிர்க்கட்சி உறுப்பினர்கள் பேசும் எந்தவொரு வார்த்தையும் பத்திரிகைகளில் பிரசுரமாகக் கூடாது'

எதிர்கட்சியைச் சேர்ந்த சிலர் வெளிநடப்புச் செய்தனர். இந்திராவுக்குத் தலைவணங்கும் நபர்கள் மாத்திரமே அவையில் இருந்தனர். அப்போது மக்கள் பிரதிநிதித்துவ சட்டத்தில் இந்திராவுக்குச் சாதகமாக சில திருத்தங்கள் கொண்டுவரப் பட்டது. அதுவும், முன் தேதியிட்டு அமல்படுத்தப்பட்டது. நாடாளுமன்ற மாநிலங்களவையும் தீர்மானத்துக்கு ஒப்புதல் வழங்கியது. இந்திரா தன்னுடைய முதல் வெற்றியைப் பதிவு செய்தார். கொல்லைப்புற வெற்றி. இருந்தாலும் அது தேவையான ஒன்றாகவே இருந்தது.

இப்போது நிகழ்ச்சி நிரலில் அடுத்த நகர்வு. அடுத்த அதிரடி என்று சொல்வதுதான் பொருத்தம். முப்பத்தியெட்டாவது அரசியல்

அமைப்புச் சட்டத்திருத்தம் கொண்டு வரப்பட்டது. 'எமர்ஜென்ஸி, அவசர சட்டங்கள் ஆகியன குறித்து மறுஆய்வு செய்யும் அதிகாரம் நீதிமன்றத்துக்கு இனி இல்லை.' - இந்தத் திருத்தத்துக்கு ஆகஸ்டு 1, 1975 அன்று குடியரசுத் தலைவர் ஒப்புதல் வழங்கினார்.

பிறகு, முப்பத்தொன்பதாவது சட்டதிருத்தம். 'நாட்டின் பிரதமர், மக்களவை சபாநாயகர், குடியரசுத் தலைவர் மற்றும் குடியரசுத் துணைத்தலைவர் ஆகியோருக்கு எதிரான தேர்தல் வழக்குகளை விசாரித்துத் தீர்ப்பளிக்கும் அதிகாரம் நீதிமன்றத்துக்கு இல்லை. அவற்றை நாடாளுமன்றத்தால் நியமனம் செய்யப்பட்ட அமைப்பு மட்டும்தான் விசாரிக்க முடியும்.'

இந்திரா நினைத்தது எல்லாமே சட்டவடிவம் பெற்றன. அடுத்ததாக, அவசரச் சட்டங்கள் மற்றும் திருத்தங்களை ஒன்பதாவது அட்டவணையில் சேர்த்துவிட்டால் அவற்றை நீதிமன்றத்தின் குறுக்கீட்டில் இருந்து பாதுகாத்துவிடலாம் என்ற பொன்னான யோசனையை இந்திராவுக்கு மூத்த தலைவர் ஒருவர் எடுத்துக்கூற, அதன்படியே நடந்தது.

இவை அனைத்துமே சர்வாதிகாரத்தின் உச்சகட்டம் என்றன எதிர்க்கட்சிகள். 'அப்படியா, நல்லது. எல்லோரும் ஓய் வெடுங்கள்' என்று சொல்லிவிட்டு நகர்ந்துவிட்டார் இந்திரா. நாடு முழுக்க ஒரு மாநிலம் விடாமல் எதிர்க்கட்சிகளின் தலைவர்கள், தொண்டர்கள் எல்லோரையும் பட்டியல் போட்டுக் கைதுசெய்து சிறையில் அடைத்துக் கொண்டிருந்தது காவல் துறை. இந்திராவுக்கு எதிராகக் கருத்து தெரிவிப்பவர்கள் எல்லோருமே சிறையில் அடைக்கப்பட்டனர். எதிர்க்கட்சிகளின் பலத்தை நசுக்கும் விதமாக குஜராத் உள்ளிட்ட சில மாநிலங்களில் ஆட்சியில் இருந்த காங்கிரஸ் அல்லாத அரசுகள் கலைக்கப்பட்டன.

●

இந்திராவுக்கு இப்போது புதிய வழக்கறிஞர் கிடைத்திருந்தார். பெயர், அசோக் சென். ஆகஸ்டு 11, 1975 அன்று நடக்க இருந்த வழக்கு விசாரணை இரண்டுவார காலத்துக்குத் தள்ளிப் போடப்பட்டது. ராஜ் நாராயணுக்கு இப்போது கூடுதல் சுமை. தேர்தல் வழக்கை கவனமாக நடத்தி வெற்றிபெறவும்

வேண்டும், அதேசமயம் இந்திரா அரசு கொண்டுவந்திருக்கும் அரசியலமைப்புச் சட்டதிருத்தங்களையும் தடுத்தாட்கொள்ள வேண்டும். எதுவாக இருந்தாலும் ஒரு கை பார்த்துவிடுவது என்று முடிவு செய்திருந்தார் ராஜ் நாராயண்.

நவம்பர் 7, 1975. ராஜ் நாராயணின் வழக்கறிஞர் சாந்தி பூஷன் கடுமையான வாதங்களை முன்வைத்தார். ஆனால் எதுவும் செல்லுபடியாகவில்லை. மக்கள் பிரதிநிதித்துவ சட்டங்கள், இந்திராவின் கடந்த கால செய்கைகளை சரியானவை என்று சான்றிதழ் வழங்கிவிட்டன. விளைவு, ரேபரேலியில் இந்திரா வெற்றி பெற்றது செல்லும். நீதிமன்றமே சொல்லிவிட்டது.

'அப்பாடா!'

நிம்மதிப் பெருமூச்சுவிட்டார் இந்திரா.

18. நெருக்கடித் தழும்புகள்

இந்திராவுக்கு இருந்த நெருக்கடிகள் எல்லாம் ஒன்றன்பின் ஒன்றாக விலகிக்கொண்டே வந்தன. ஆனால் எமர்ஜென்ஸியின் அக்னிப்பார்வை அரசியல் தலைவர்களை, அப்பாவிப் பொது மக்களை சுட்டெரித்துக்கொண்டே இருந்தது. இதற்கிடையே தங்களைக் கைது செய்யும்போது, காரணம் சொல்லவில்லை என்றுகூறி நீதிமன்றத்தில் வாஜ்பாய், அத்வானி, மது தண்டவதே மூவரும் வழக்கு தொடர்ந்தனர். எரிச்சலாக வந்தது இந்திராவுக்கு.

இந்தமுறை புதிய உத்தி வகுக்கப்பட்டது. கைதான மூவரும் விடுதலை செய்யப்படுவதாக அறிவித்தது மத்திய அரசு. வெற்றிப் புன்னகையோடு வெளியே வந்த மூவரும் உடனடியாகக் கைது செய்யப் பட்டனர். 'மிசா சட்டத்தின் திருத்திய வடிவத்தின்

கீழ் மூவரும் கைது செய்யப்பட்டுள்ளீர்கள். ஆகவே, கைதுக்கான காரணம் சொல்லத் தேவையில்லை.'

டிசம்பர் 1975. அஸாம் தலைநகர் குவஹாத்தியில் காங்கிரஸ் மாநாடு ஒன்றை நடத்தியது. அதன் நோக்கமே முக்கியமான தீர்மானம் ஒன்றை நிறைவேற்றுவதுதான். 'இந்திய அரசியல் அமைப்புச் சட்டத்தில் என்னென்ன மாற்றங்கள் செய்யப்பட வேண்டும் என்பதை ஆய்வு செய்து பரிந்துரைக்க குழு ஒன்றை அமைக்கவேண்டும்'

ஸ்வரண் சிங் தலைமையிலான இந்தக்குழுவில் சித்தார்த்த சங்கர் ரே, ஏ. ஆர். அந்துலே, ரஜினி பட்டேல், ஹெச். ஆர். கோகலே, வி,என். காட்கில், வசந்த் சாத்தே உள்ளிட்டோர் இடம் பெற்றிருந்தனர்.

இந்தக்குழு பரிந்துரை செய்த சில சட்டதிருத்தங்களில் சிலவற்றை மட்டும் பார்க்கலாம்.

- குடியரசுத் தலைவர், குடியரசுத் துணைத்தலைவர், பிரதமர் மற்றும் மக்களவை சபாநாயகர் ஆகியோர் குறித்த தேர்தல் வழக்குகள், ஒரு சட்டத்தின்மூலம் உருவாக்கப்படும் அமைப் பால் தீர்மானிக்கப்படவேண்டும்.

- சட்டமன்ற, நாடாளுமன்ற உறுப்பினர்களின் பதவி நீக்கம் உள்ளிட்ட அனைத்துப் பிரச்னைகளையும் விசாரிக்க, தனி அமைப்பினை உருவாக்க அரசியலமைப்புச் சட்டம் வழிவகை செய்யவேண்டும்.

- அரசியலமைப்புச் சட்டத்தைத் திருத்துவதற்கான நாடாளு மன்றத்தின் உரிமையை எவரும் கேள்விகேட்க முடியாத வகையிலும் எதிர்த்து வழக்குபோட முடியாத வகையிலும் இருக்குமாறு செய்யவேண்டும்.

இப்படி ஏராளமான பரிந்துரைகள் ஸ்வரண்சிங் தலைமையிலான குழுவால் செய்யப்பட்டன.

●

ஜூன் 1, 1976. நெருக்கடி நிலை அமலில் இருந்த சமயத்தில் பொதுமக்கள் தொடர்பான அன்றாட நடவடிக்கைகள் குறித்து

வழிகாட்டும் வகையில் இருபது அம்சங்களைக் கொண்ட திட்டம் ஒன்று வெளியிடப்பட்டது.

1. அத்தியாவசியப் பண்டங்களின் விலைகளைக் குறைப்பது மற்றும் உற்பத்தியையும் வழங்குதலையும் முறைப் படுத்துவது.

2. அரசாங்கத்தினுடைய செலவுகளைக் கணிசமாகக் குறைப்பது.

3. விவசாய நிலங்களுக்கு நில உச்சவரம்பை நடைமுறைப் படுத்துவது.

4. உபரி நில விற்பனையை வேகப்படுத்துவது, நிலப் பதிவேடுகளைத் தொகுப்பது.

5. நிலமற்றோர் மற்றும் நலிவுற்றோருக்கு வீட்டு மனை தேடலைத் துரிதப்படுத்துதல்.

6. கொத்தடிமை முறைகளை சட்டவிரோதம் என்று அறிவித்தல்.

7. கிராமப்புறக் கடன்களை ஒழிக்கும் திட்டம் மற்றும் நிலமற்ற தொழிலாளர்கள், சிறுவிவசாயிகள் மற்றும் கைவினைஞர்களின் கடன் காலம் நீட்டிப்பு

8. குறைந்தபட்ச விவசாயக் கூலிச் சட்டங்களை மறு ஆய்வு செய்தல்

9. நீர்ப்பாசனத்துக்குள் ஐம்பது லட்சம் ஹெக்டேர் நிலத்தைக் கூடுதலாகக் கொண்டு வருதல் மற்றும் நிலத்தடி நீரைப் பயன்படுத்துவதற்கான தேசியத் திட்டம்.

10. கைத்தறித் துறையில் முன்னேற்றம் மற்றும் துணியின் தரத்தையும் விநியோகத்தையும் அதிகரித்தல்.

11. நகர்ப்புற நிலத்தைப் பொதுவாக்குதல் மற்றும் காலி நில உரிமை மற்றும் உடைமைக்கு உச்சவரம்பு நிர்ணயித்தல்.

12. வெளிப்படையான நுகர்வை மதிப்பிடுவதற்கும் வரி ஏய்ப்பைத் தடுப்பதற்கும் விரைவான விசாரணைக்கும் பொருளாதாரக் குற்றவாளிகளுக்குத் தண்டனை அளிப் பதற்கும் சிறப்புப் படைகளை உருவாக்குதல்.

13. கடத்தல்காரர்களின் சொத்துக்களைக் கையகப்படுத்து வதற்கான சிறப்புச் சட்டங்களைக் கொண்டுவருதல்.

14. முதலீட்டு நடைமுறைகளைத் தாராளமயமாக்குதல் மற்றும் இறக்குமதி உரிமைகளைத் தவறாகப் பயன்படுத்துபவர்கள் மீது நடவடிக்கை எடுத்தல்.

15. தொழில்துறையில் தொழிலாளர் சங்கங்களுக்குப் புதிய திட்டங்களைக் கொண்டுவருதல்.

16. சாலைப் போக்குவரத்துக்குத் தேசிய உரிமைச் சட்டம் கொண்டுவருதல்.

17. வருடத்துக்கு எட்டாயிரம் ரூபாய் வரை வருமானம் பெறுபவருக்கு வருமான வரியில் இருந்து விலக்கு அளித்தல்.

18. விடுதியில் உள்ள மாணவர்களுக்கு கட்டுப்படுத்தப்பட்ட விலையில் புத்தகங்கள் மற்றும் எழுது பொருட்களை வழங்குதல்.

19. குறைந்தபட்ச விவசாயக் கூலிச் சட்டங்களை மறு ஆய்வு செய்தல்.

20. நலிவுற்ற பிரிவினருக்கு வேலை வாய்ப்பு மற்றும் பயிற்சிகளை அளிப்பதற்குப் புதிய திட்டங்களை அறிமுகப் படுத்துதல்.

மேலே இருக்கும் அம்சங்கள் அனைத்துமே முதல் பார்வையில் உங்களை வசீகரித்துவிடும் என்பதில் சந்தேகமில்லை. ஆனால் ஒவ்வொன்றும் செயல்படுத்தப்பட்ட விதம் அபாயகரமாக இருந்தது.

●

டெல்லியில் இருக்கும் கன்னாட் ப்ளேஸ். பரபரப்பான பகுதி. ஆர். என். ஹக்சார் என்பவர் மரச்சாமான்கள் விற்கும் கடை ஒன்றை கன்னாட் ப்ளேஸில் நடத்திவந்தார். மேசை நாற்காலிகள் வாங்க வேண்டும் என்றால் அந்தப் பகுதிவாசிகள் ஹக்சரின் கடையைத்தான் தேடி வருவது வழக்கம். இருபது அம்சத் திட்டம் அறிவிக்கப்பட்டு சில நாள்கள் ஆகியிருந்தன. திடீரென ஒருநாள் அந்தக் கடை வாசலில் அரசு வாகனம் ஒன்று வந்து

நின்றது. வணிகவரித்துறை அதிகாரிகள். சரசரக்கும் பூட்ஸ் சத்தத்துடன் கடைக்குள் நுழைந்தனர்.

சில மணி நேர சோதனைக்குப் பிறகு வெளியே வந்தனர். வாகனத்தில் ஏறிச் சென்றுவிட்டனர். ஹக்சருக்கு ஒன்றுமே புரியவில்லை. எதற்காக வந்தார்கள்? ஏன் சோதனை செய்தார்கள்? ஏன் ஒன்றும் சொல்லாமல் போய்விட்டார்கள்? விட்டுத் தொலைப்போம் என்று சொல்லிவிட்டு வியாபாரத்தில் பிசியாகிவிட்டார்.

சில நாட்கள் கழிந்திருக்கும். வேறு சில அதிகாரிகள். மீண்டும் கடைக்குள் நுழைந்து சோதனை செய்தனர். 'டெல்லி அத்தியாவசியப் பொருட்கள் சட்டத்தின்கீழ் நீங்கள் இருவரும் கைது செய்யப்படுகிறீர்கள்'

காவல்துறை அதிகாரி சொன்னதும் ஹக்ஸருக்குத் தூக்கிவாரிப் போட்டது. அருகில் இருந்த அவருடைய மைத்துனர் முஷ்ரண், ஹக்ஸரின் தோள்களைப் பிடித்து அழுத்தியபடியே நின்று கொண்டிருந்தார்.

'எதற்காக இந்தக் கைது என்று தெரிந்துகொள்ளலாமா?'

'உங்கள் கடையில் இருக்கும் பொருட்கள் சிலவற்றின் விலைகள் குறிக்கப்படவில்லை'

புரிந்துவிட்டது. திட்டத்துடன் வந்திருக்கிறார்கள். பேசிப் பலனில்லை. எதுவும் பேசாமல் ஜீப்பில் ஏறி அமர்ந்தார் எண்பது வயது ஹக்ஸர். கூடவே, மைத்துனர் முஷ்ரண்.

●

பி.என். ஹக்சரை நினைவிருக்கிறதா? இந்திராவின் ஆலோசகர். இவருக்கும் சஞ்சய்க்கும் எப்போதுமே ஏழாம்பொருத்தம்தான். பல விஷயங்களில் சஞ்சயின் செயல்பாடுகள் இந்த ஹக்ஸருக்குப் பிடிக்காது. இதுவிஷயமாக அவ்வப்போது சஞ்சய்க்கும் ஹக்ஸருக்கும் மோதல் ஏற்படும். விஷயத்தைப் பெரிதுபடுத்த வேண்டாமென்று இருவருமே ஒதுங்கிவிடுவது வழக்கம்.

ஆனாலும் சஞ்சயின் மனத்தில் ஹக்சஸரை எப்படியாவது பழிவாங்கிவிடவேண்டும் என்ற எண்ணம் பதிந்திருந்தது. தக்க

சமயத்தை எதிர்ப்பார்த்திருந்த சஞ்சய்க்கு இந்த இருபது அம்சத்தில் ஒன்றான விலைகுறைப்பு கண்ணில்பட்டது. இதையே சாதகமாக்கி, பி.என். ஹக்ஸரின் மாமா ஆர். என். ஹக்ஸரை அதிகாரிகளை ஏவி அவமானப்படுத்தினார். இதன் மூலம் பி.என். ஹக்ஸரை பழிவாங்கிய திருப்தி சஞ்சய்க்கு.

விஷயம் இந்திராவின் காதுகளுக்குக் கொண்டுசெல்லப் பட்டது. மூன்று நாட்கள் சிறைவாசத்துக்குப் பிறகு இந்திரா வின் தலையீடு காரணமாக, விடுதலை செய்யப்பட்டார் ஆர். என். ஹக்ஸர். ஹக்சரின் கைது வெறும் சாம்பிள். அதைக்காட்டிலும் அதிக கொடுமைகளை பல வர்த்தகர்கள் சந்திக்கவேண்டியிருந்தது. காங்கிரஸ் கட்சிக்குப் பிடிக்காதவர் கள், எதிர்க்கட்சி ஆசாமிகள், கட்சி வளர்ச்சி நிதி கொடுக்க மறுத்தவர்கள் எல்லாம் படாதபாடு பட வேண்டியிருந்தது. நிறைய ரெய்டுகள். நிறைய பழிவாங்கல்கள். அவிழ்த்துவிட்ட கோயில்மாடுபோல ஏகாந்தமாகச் சுற்றித் திரிந்தனர் காங்கிரஸ் தொண்டர்கள்.

●

மாருதி டெக்னிகல் சர்வீஸஸ் என்ற நிறுவனத்தின் மேலாண்மை இயக்குனராக இருந்தார் ராஜிவின் மனைவி சோனியா. அந்த நிறுவனத்திடம் இருந்து பத்து லட்ச ரூபாயை வாங்கினார் சஞ்சய். அதை வைத்து மாருதி ஹெவி இண்டஸ்ட்ரீஸ் என்ற நிறுவனத்தைத் தொடங்கியிருந்தார். சாலை உருளைகள் தயாரிக்கும் நோக்கத்துடன் உருவாக்கப்பட்ட நிறுவனம். ஆனால் அனைத்து பாகங்களையும் தயாரிக்கும் நோக்கம் இந்த நிறுவனத்துக்கு இல்லை.

மாறாக, ஃபோர்ட் கார்களுக்குப் பயன்படுத்தப்படும் எஞ்சின்கள் வெளிநாட்டில் இருந்து இறக்குமதி செய்யப்பட்டன. ஜெகஜ் ஜோதியாக சாலை உருளைகள் தயார் செய்யப்பட்டன. தேவை இருக்கிறதோ இல்லையோ, அவற்றை வாங்கிப் போடுவதற்கு காங்கிரஸ் ஆளும் மாநிலங்களின் முதல்வர்கள் தயாராக இருந்தனர்.

திடீரென சாலை உருளைகளை ஓரமாக உருட்டித் தள்ளிவிட்டு அரசியல் களத்துக்கு வந்திருந்தார் சஞ்சய். இப்போது கைவசம் ஐந்து அம்சத் திட்டம் தயாராக இருந்தது.

- ஒவ்வொருவரும் ஒரு முதியவருக்குக் கல்வி கற்பித்து முதியோர் கல்வியை வளர்ப்போம்.
- வரதட்சணையை முற்றிலுமாக ஒழிப்போம்.
- சாதி அமைப்பைத் தகர்ப்போம்.
- குடிசை ஒழிப்பு மற்றும் மரம் நடுதலுக்கு முன்னுரிமை கொடுத்து சுற்றுச்சூழலை அழகுபடுத்துவோம்.
- குடும்பக் கட்டுப்பாட்டில் புரட்சியை அமல்படுத்துவோம்.

இந்த ஐந்து அம்சங்களையும் மனத்தில் நிறுத்திக்கொண்டு, டெல்லி வளர்ச்சிக் குழுமத்தின் தலைவராக இருந்த ஜக்மோகன் சகிதம் டெல்லியைச் சுற்றிப் பார்க்கச் சென்றார் சஞ்சய். பழைய டெல்லியில் இருக்கும் துர்க்மான் கேட்டுக்கு அருகில் வந்த போது சஞ்சயின் முகம் சட்டென்று சுணங்கியது. என்ன என்று பதறிப்போய் விசாரித்தார் ஜக்மோகன். சில நொடிகள் அங்கிருந்த குடிசைப் பகுதிகளையே கண் இமைக்காமல் பார்த்துக்கொண்டிருந்தார். சற்றே நிதானித்துவிட்டு அவரே பேசினார்.

'என்ன செய்வீர்கள் என்பதெல்லாம் எனக்குத் தெரியாது. துர்க்மான் கேட்டில் இருந்து பார்த்தால் வெறும் ஜும்மா மசூதி மாத்திரம்தான் தெரியவேண்டும். அவ்வளவுதான்' புறப்பட்டு விட்டார் சஞ்சய்.

ஏப்ரல் 13, 1976. டெல்லி வளர்ச்சிக்குழுமத்துக்குச் சொந்தமான புல்டோசர்கள் துர்க்மான் கேட் பகுதியை ஆக்ரமித்தன. சில மணித்துளிகள் அங்கிருந்த குடிசைகள் அனைத்தும் தடம் தெரியாமல் அழிக்கப்பட்டன. வெகுண்டெழுந்த குடிசைவாசிகள் மீது துப்பாக்கித் தோட்டாக்கள் பாய்ந்தன. ரத்தமும் சதையுமாக யமுனை நதிக்கரையில் ஒதுக்கப்பட்ட மாற்று இடங்களுக்குச் சென்று மூச்சுவிடத் தொடங்கினர் குடிசை வாசிகள்.

நாட்டின் பல முக்கிய நகரங்களிலும் குடிசை அகற்றும் பணி மின்னல் வேகத்தில் நடக்கத் தொடங்கியது. எந்த நேரத்தில் வேண்டுமானாலும் தங்களுடைய குடிசைகளின்மீது புல்டோசர்கள் உருளத் தொடங்கலாம் என்பதால் பயமும் மிரட்சியுமாகவே தங்கள் பொழுதுகளைக் கழித்தனர். குடிசை ஒழிப்புத்

திட்டத்தைக் கோணல் சிந்தனையில் பார்த்த சஞ்சயின் அத்துமீறல்கள், எமர்ஜென்ஸியின்போது எல்லை மீறின. ஆனால், அதைப் பற்றி எவரும் கவலைப்படவில்லை, இந்திரா உள்பட.

சஞ்சயின் அடுத்த குறி, குடும்பக்கட்டுப்பாடு திட்டம். இந்தியா முன்னேறாமல் இருப்பதற்கும் வல்லரசு நாடாக மாற முடியாமல் போவதற்கும் இந்தப் பாழாய்ப்போன மக்கள் தொகைதான் காரணம் என்பது சஞ்சயின் கணிப்பு. மக்கள் தொகையை தடுத்து நிறுத்தமுடிந்தால்? விபரீதம் இங்கே தொடங்கியது. குடும்பக்கட்டுப்பாட்டு முறை நாடு முழுக்க அமல்படுத்தப்பட்டது.

அப்பாவி ஆண்கள் அழைத்துவரப்பட்டு அவர்களுக்கு வலுக்கட்டாயமாக வாசக்டமி என்ற குடும்பக் கட்டுப்பாட்டு அறுவை சிகிச்சை செய்யப்பட்டது. தாமாக விரும்பி அறுவை சிகிச்சை செய்துகொண்டால் ஊக்கத்தொகை, பரிசுப் பொருட்கள் எல்லாம் தரப்படும் என்று அறிவிக்கப்பட்டது. அதிக அளவில் ஆண்கள் வராததால் வலுக்கட்டாயமாகத் தூக்கிவரப்பட்டு அறுவை சிகிச்சை செய்யப்பட்டது.

முக்கிய நகரங்கள் அனைத்திலும் அறுவை சிகிச்சை மையங்கள் அவசரம் அவசரமாக உருவாக்கப்பட்டன. குடிசைப் பகுதிகளை நோக்கி நடமாடும் அறுவை சிகிச்சை மையங்கள் சென்றன. சிகிச்சைக்கு ஆட்களை அழைத்துவரும் பொறுப்பு சம்பந்தப் பட்ட பகுதிகளில் வசிக்கும் அரசு ஊழியர்களிடம் ஒப்படைக்கப் பட்டது. காவல்துறையும் தன் பங்குக்கு பிச்சைக்காரர்கள், அநாதைகள் மற்றும் ஏழை எளியவர்களைப் பிடித்துவந்து அறுவை சிகிச்சை செய்து அனுப்பினர்.

குடும்பக் கட்டுப்பாடு அறுவை சிகிச்சை செய்துகொண்டவர் களுக்கு நூற்றியிருபது ரூபாய் பணம், ஒரு டின் சமையல் எண்ணெய், ஒரு ரேடியோ அல்லது கடிகாரம் இலவசமாக வழங்கப்பட்டன. ஒருநாளுக்கு வெறும் முந்நூற்றி சொச்ச அறுவை சிகிச்சைகள் நடந்த டெல்லியில் திடீரென ஆறாயிரம் பேர் அறுவை சிகிச்சை செய்துகொண்டனர். ஆட்டோக்காரர் களைக் குறிவைத்து மிரட்டினர். குடும்பக் கட்டுப்பாட்டு அறுவை சிகிச்சை சான்றிதழ் வைத்திருந்தால் மட்டுமே ஓட்டுநர் உரிமம் புதுப்பிக்கப்படும் என்ற நிபந்தனை விதிக்கப்பட்டது.

டாக் லெஸ் வொர்க் மோர் (Talk Less Work More) என்பதுதான் சஞ்சய், நெருக்கடி நிலையின்போது அருளிய ஸ்லோகம். புதுடெல்லியின் கன்னாட் ப்ளேஸ் பகுதியில் இருக்கும் காபி ஹவுஸில் நிறையப் பேர் அறிவுசார் விஷயங்கள் பற்றி தீவிர விவாதத்தில் ஈடுபடுவது வழக்கம். அப்போது அரசியலும் அலசப்படும்.

இம்மாதிரியான கூட்டங்களில் எமர்ஜென்ஸிக்கு எதிராக யாரும் கருத்து தெரிவிக்கக்கூடும் என்பதால் கூட்டம் சேர்ந்து பேசு வதற்குத் தடை போட நினைத்தார் சஞ்சய். ஜக்மோகனைப் பார்த்தார். அப்படியே ஆகட்டும் என்பதுபோலத் தலையசைத் தார் ஜக்மோகன். அடுத்த சில நாட்களின் காபி ஹவுஸ் தரைமட்டமாக்கப்பட்டது.

இப்படி நித்தம் ஒரு அத்துமீறல்களால் எமர்ஜென்ஸி காலம் இந்திய மக்களின் தூக்கங்களை கெடுத்துக்கொண்டிருந்தது. மெல்ல மெல்ல இந்திராவின் கவனம் இப்போது தேர்தலை நோக்கித் திரும்பியிருந்தது. '1977 மார்ச் மாதத்தில் தேர்தல் நடத்தப்படும்.'

இந்திரா வெளியிட்ட அறிவிப்பு காங்கிரஸ்காரர்களாலேயே ஆச்சரியத்துடன் பார்க்கப்பட்டது.

'நான் செய்தது எல்லாமே சரி. ஆகவே வெற்றி எனக்கு மட்டுமே.'

உறுதியாக நம்பினார் இந்திரா.

19. மீண்டும் வருவேன்

இந்திராவை அப்புறப்படுத்தியே தீருவது என்று கங்கணம் கட்டிக்கொண்டிருந்தார் ஜே.பி. திட்டத்தை நிறைவேற்றுவதற்கு முதல்படி, ஒருங்கிணைப்பு. இந்திராவுக்கு எதிராக நிறைய இயக்கங்கள் செயல்பட்டுக் கொண்டிருந்தன. தனி மனிதர்களும்கூட இயங்கிக்கொண்டிருந்தார்கள். சிதறிக் கிடப்பது திட்டத்தைச் சிதைத்துவிடும் என்று கருதினார் ஜே.பி. இதனால் முதலில் இந்திரா எதிர்ப்பு என்ற பொது வாதத்தை முன்வைத்து எல்லாக் கட்சியினரையும் தனித்தனியே அணுகினார். ஒவ்வொருவருடனும் தீவிரமாக விவாதித்தார்.

மொரார்ஜியின் தலைமையில் செயல்பட்ட ஸ்தாபன காங்கிரஸ். வலது சாரி இயக்கமான ஜனசங்கம். சம்யுக்த சோஷலிஸ்ட் கட்சி மற்றும் பாரதிய லோக் தளம். இந்த நான்கு இயக்கங்களுமே இந்திரா எதிர்ப்பு என்ற கொள்கையில் ஒன்றாக இருந்தன. இதனால் அவர்களை இணைத்து புதிய இயக்கம் ஒன்றை உருவாக்குவதற்கு முயற்சி

மேற்கொண்டார் ஜே.பி. அதன்படி நான்கு இயக்கங்களும் ஜனதாக்கட்சி என்ற பெயரில் ஒருகுடையின்கீழ் வந்தன.

எதிர்க்கட்சிகளின் இந்தத் திடீர் சங்கமம் இந்திராவை வியப்பில் தள்ளியது. ஆனாலும் அதைப் பற்றி அதிகம் அலட்டிக்கொள்ள வில்லை. தன் வழியில் சென்றுகொண்டிருந்தார். முதல் அதிர்ச்சியின் சுவடு மறைவதற்குள் அடுத்த அதிர்ச்சி அவரை தாக்கியது.

காங்கிரஸ் கட்சியின் முக்கியத் தலைவர்களுள் ஒருவரும் தாழ்த்தப்பட்ட மக்களின் ஏகோபித்த தலைவருமான ஜெகஜீவன் ராம் காங்கிரஸ் கட்சியை விட்டு விலகி புதிய கட்சியைத் தொடங்கினார். அத்தோடு நில்லாமல் ஜே.பி தலைமையிலான அணியில் தன்னை இணைத்துக்கொண்டு இந்திராவுக்கு எதிராக போர்முழக்கம் செய்தார்.

புரிந்துபோனது இந்திராவுக்கு. தேர்தலைக் கூட்டாக எதிர் கொள்வது என்று முடிவு செய்துவிட்டனர். தேர்தலை என்றால் இந்திராவை. வெற்றி வாய்ப்பு குறைந்து கொண்டிருக்கிறது. அதற்காகச் சுணங்கிப்போய் வீட்டில் முடங்கிவிட வேண்டுமா என்ன? பம்பரமாகச் சுழன்றார். காங்கிரஸ் கட்சியின் சின்னமாக, மாடும் கன்றும் தேர்வாகியிருந்தது.

அமேதி தொகுதியில் போட்டியிட்டிருந்த சஞ்சய், காங்கிரசின் வெற்றி உறுதிசெய்யப்பட்ட ஒன்று என அடிக்கடி சொல்லிக் கொண்டிருந்தார். ஆனால், இந்திராவின் உள்ளுணர்வு வேறு ஒரு செய்தியை சொல்லிக் கொண்டிருந்தது.

தேர்தல் முடிவுகள் வெளிவந்தன. எதிர்பார்த்தது போலவே தேர்தலில் படு தோல்வியைச் சந்தித்திருந்தார் இந்திரா. ஜனதாக்கட்சி தலைமையிலான கூட்டணி மொத்தமுள்ள 542 இடங்களில் 330 ஐக் கைப்பற்றியது. காங்கிரஸ் கட்சிக்கு வெறும் 154 இடங்கள் மாத்திரமே தேறியது. காங்கிரஸ் கட்சியின் முக்கியத் தலைவர்கள் பலரும் தோல்வியைத் தழுவியிருந்தனர். எல்லாவற்றையும்விட முக்கியமாக இந்திரா, தன்னுடைய ரேபரேலி தொகுதியில் ராஜ் நாராயணனிடம் தோல்வியைத் தழுவியிருந்தார். சஞ்சயும் தோல்வியைத் தழுவியிருந்தார். நாடு முழுக்க வெற்றிக் கொண்டாட்டம். பட்டாசு வெடித்தனர். சாலைகளில் வந்து ஆனந்தக் கூத்தாடினர்.

தன்னுடைய அறையில் அமர்ந்திருந்தார் இந்திரா. கூடவே தனிமை. சில நிமிடங்களில் இந்திராவின் நண்பர் புபுல் ஜெயகர் இந்திராவைப் பார்ப்பதற்காக அறைக்குள் நுழைந்தார்.

'ஜெயகர், நான் தோற்றுவிட்டேன்'

இந்திராவின் குரல் கம்மியிருந்தது. சில நிமிடங்கள் இருவரும் பேசிக்கொண்டிருந்தனர். மணி பத்தரையை நெருங்கியிருந்தது. இந்திரா, ராஜிவ், சோனியா மூவரும் சாப்பிட்டனர். நள்ளிரவு ஆனதும் தன்னுடைய அமைச்சர்களுக்கு அழைப்பு விடுத்தார் இந்திரா. சில நிமிடங்களில் எல்லோரும் அவருடைய இல்லத்துக்கு வந்தனர்.

எமர்ஜென்சியை விடுவிப்பது தொடர்பாக ஆலோசனைகள் நடத்தப்பட்டன. பிறகு அதிகாலை நான்கு மணிக்கு குடியரசுத் தலைவர் மாளிகையை நோக்கிப் புறப்பட்டார் இந்திரா. அங்கே தாற்காலிகக் குடியரசுத் தலைவர் ஜாட்டி இந்திராவை வரவேற்றார்.

'எமர்ஜென்சியை விலக்கிவிடுங்கள். நான் ராஜினாமா செய் கிறேன்' சொல்லிவிட்டு விடைபெற்றார் இந்திரா. முன்னாள் பிரதமர்.

•

ஆட்சிக் கட்டிலில் ஜனதாக்கட்சியின் பிரதிநிதியாக இந்திராவின் பரம வைரியான மொரார்ஜி தேசாய். எந்தப் பதவிக்காக இந்திரா வுடன் கடுமையாக மோதினாரோ அதே பதவிக்கு அதே இந்திராவை மண்ணைக் கவ்வச் செய்து வந்திருந்தார் மொரார்ஜி.

பதவியில் இருந்து விலகியதும் வெலிங்க்டன் கிரசண்ட் பகுதியில் இருக்கும் 12ம் எண் கட்டடத்துக்குக் குடிபெயர்ந்தார் இந்திரா. கூடவே, ராஜிவ், சோனியா, சஞ்சய், மேனகா குடும்பத்தினர்.

தேர்தல் முடிவுகள் குறித்து விவாதிப்பதற்காக அகில இந்திய காங்கிரஸ் காரிய கமிட்டிக் கூட்டம் நடைபெற்றது அதில் கட்சியின் படுதோல்விக்குத் தானே பொறுப்பேற்பதாகக் கூறினார் இந்திரா. 'சிலகாலம் அமைதியாக இருக்கப்போகி றேன்.' ஆனால் மொரார்ஜி அரசு அவரை ஓய்வெடுக்க அனுமதிக்கவில்லை.

தன் வீட்டைச் சுற்றி உளவுத்துறையினர் ரோந்து வருவதையும் கண்காணிக்கப்படுவதையும் கேள்விப்பட்டதும் ஆத்திரமாக வந்தது இந்திராவுக்கு. போதாக்குறைக்கு எமர்ஜென்சி அத்து மீறல்கள் குறித்து விசாரிக்க உச்சநீதிமன்ற முன்னாள் தலைமை நீதிபதி ஜே.சி. ஷா என்பவரின் தலைமையில் விசாரணை கமிஷன் ஒன்றை நியமித்தார் மொரார்ஜி. இதன் ஒரே அஜெண்டா, நெருக்கடி நிலையின்போது நாட்டில் நிகழ்த்தப் பட்ட அத்துமீறல்கள் பற்றிய அறிக்கையைத் தயார் செய்து கொடுப்பதே. அதன் மறைமுக அர்த்தம், இந்திரா மற்றும் சஞ்சய் இருவரையும் வசமாகச் சிக்க வைக்கவேண்டும் என்பதுதான்.

அதேபோல, நெருக்கடி நிலையின்போது, பன்சிலாலின் நடவடிக்கைகள் குறித்து விசாரிப்பதற்காக ரெட்டி கமிஷன் அமைக்கப்பட்டது. அனுதினமும் வழக்கறிஞர்களை சந்திப்பது, அவ்வப்போது காங்கிரஸ் தலைவர்களை சந்திப்பது, குடும்பத் தினருடன் பழகுவது என்று நாட்களைக் கடத்திக் கொண்டிருந் தார் இந்திரா. மேலும் பிரச்னைகள் வராமல் இருப்பதற்காக இந்திராவை அரசியலை விட்டு விலகுமாறு அவருடைய நண்பர்கள் வேண்டுகோள் விடுத்தனர். அதற்கு இந்திராவின் பதில்: 'ஒன்று எதிரிகளை களத்தில் சந்திக்கவேண்டும் அல்லது தோல்வியை வலுக்கட்டாயமாக ஒப்புக்கொள்ளவேண்டும். என்னுடையது முதல் வழி'

●

செப்டெம்பர் 30, 1977. ஷா கமிஷன் தன்னுடைய விசாரணையைத் தொடங்கியது.

அதில் வந்து ஆஜராகி சாட்சியம் கூறவேண்டும் என்று இந்திரா வுக்கு அழைப்பு விடுக்கப்பட்டது. ஆனால் இந்திராவோ முடியாது என்று முரண்டு பிடித்தார். பிரதமர் பதவியேற்ற சமயத்தில் எடுத்துக்கொண்ட உறுதிமொழியின்படி எதையும் தன்னால் சாட்சியமாகக் கூறமுடியாது என்று மறுத்துவிட்டார் இந்திரா, புத்திசாலித்தனமாக. இதனால் அவர்மீது இன்னொரு வழக்கு போடப்பட்டது. இதில் வேடிக்கை என்னவென்றால் அவர்மீது கோழித்திருட்டு வழக்கு ஒன்றும் பதிவானது.

திரைப்படச்சுருள் ஒன்றை எரித்ததாக சஞ்சய் மீது வழக்கு போடப்பட்டது.

வெலிங்டன் கிரசண்ட் இல்லம். சஞ்சயும் மேனகாவும் பேட்மிண்டன் விளையாடிக்கொண்டிருந்தனர். திடீரென வாசலில் அரசு வாகனம் வந்து நின்றது. அதிகாரிகள் இறங்கி வீட்டுக்குள் நுழைந்தனர். தூரத்தில் இருந்தே அவர்களைப் பார்த்துவிட்ட இந்திரா, வாசலை நோக்கி நடந்தார்.

'நீங்கள் கைது செய்யப்படுகிறீர்கள்'

'நல்லது. எனக்குக் கொஞ்சம் அவகாசம் கொடுங்கள். துணிமணிகளையும் அத்தியாவசியப் பொருள்களையும் எடுத்துக் கொள்கிறேன்'

மணி சரியாக எட்டைத் தொட்டபோது அறையில் இருந்து வெளியே வந்தார் இந்திரா. வெளியே வருவதற்குள் எல்லோருக்கும் தகவல் சென்றிருந்தது. செய்தியாளர்கள், காங்கிரஸ் தொண்டர்கள், பொதுமக்கள் பெரிய அளவில் குழுமியிருந்தனர். காத்திருந்த சிபிஐ அதிகாரிகள் அவரைக் கைது செய்து அழைத்துச் சென்றனர். அந்த வாகனத்தைப் பின் தொடர்ந்து இந்திராவின் குடும்பத்தினரும் வழக்கறிஞர்களும் சென்றனர்.

ஹரியானா நோக்கி விரைந்த வாகனம், ஒரு லெவல் கிராசிங்கில் நிறுத்தப்பட்டது. புறப்படுவதற்கு அரை மணி நேரத்துக்கு மேல் ஆகும் என்று தகவல் சொல்லப்பட்டது. சட்டென்று வாகனத்தில் இருந்து கீழே இறங்கிய இந்திரா, தரையில் சம்மணம் போட்டு அமர்ந்துவிட்டார். அவரைப் பார்ப்பதற்காகப் பொதுமக்கள் குழுமத் தொடங்கினர்.

இதுதான் சமயம் என்று இந்திராவின் வழக்கறிஞர்கள் இந்திராவை சந்தித்து, 'நகர எல்லையைத் தாண்டி என்னால் வரமுடியாது' என்று வலியுறுத்துமாறு கேட்டுக் கொண்டனர். அதன்படியே தரையில் அமர்ந்துகொண்டு எழுந்திருக்க மறுத்தார். செய்தியாளர்கள் அந்தப் புகைப்படங்களை சகட்டு மேனிக்கு எடுத்துக் கொண்டிருந்தனர். சிபிஐ அதிகாரிகளுக்கும் இந்திராவின் வழக்கறிஞர்களுக்கும் இடையே வாக்குவாதம் கடுமையாக நடந்துகொண்டிருந்தது.

ஒருவழியாக டெல்லி கொண்டுவரப்பட்டு, மறுநாள் மாஜிஸ் திரேட்டிடம் ஆஜர்படுத்தப்பட்டார் இந்திரா. குற்றம் நிரூபிக்கப்

படாததால் விடுதலை செய்வதாக நீதிபதி தீர்ப்பளித்தார். தான் கைது செய்யப்பட்ட விவகாரத்தை வைத்தே அரசியலில் இழந்த செல்வாக்கை மீட்டெடுப்பது என்று முடிவு செய்தார் இந்திரா.

நித்தம் நித்தம் ஏதாவது ஒரு பிரச்னை. ஏதாவது ஒரு வழக்கு. சஞ்சயின் உயிருக்கு ஆபத்து நேரிடலாம் என்ற பயம் வேறு இந்திராவுக்கு வந்திருந்தது. இதனால் தன்னுடைய அமைதியைக் கலைக்கும் முடிவுக்கு வந்திருந்தார் இந்திரா.

வழக்குப் படலங்கள் ஒருபக்கம் நடந்து கொண்டிருக்க, ஆட்சியை நடத்த முடியாமல் ஜனதா அரசு திணறிக் கொண்டிருந் தது. நாட்டின் பல மாநிலங்கள் சட்டம் ஒழுங்குநிலை அத்தனை திருப்திகரமாக இல்லை. விலைவாசி வேறு கடினமாக உயர்ந்தது. ஜனதாக் கட்சிக்குள் பூசல்கள் வெடித்திருந்தன. ஜனதாக் கட்சியின் நான்கு பிரிவுகளும் தாங்களே பெரியவன் என்று முஷ்டியை உயர்த்தின. இந்திராவுக்கு என்ன தண்டனை அளிப்பது என்பது உள்ளிட்ட அனைத்து விஷயங்களிலும் அவர்களுக்குள் கருத்துவேறுபாடுகள் முளைத்திருந்தன. எல்லாவற்றையும் அமைதியாக, அதேசமயம் உன்னிப்பாகக் கவனித்துக் கொண்டிருந்தார் இந்திரா.

●

மே 23, 1977. நாடாளுமன்றத்தில் உள்துறை அமைச்சர் சரண்சிங் அறிக்கை ஒன்றைத் தாக்கல் செய்தார். அதில் இந்திராமீது மிக முக்கியமான குற்றச்சாட்டு சுமத்தப்பட்டிருந்தது. 'நெருக்கடி நிலையின்போது சிறைவைக்கப்பட்டிருந்த எதிர்க்கட்சித் தலைவர்களைக் கொலை செய்துவிடத் திட்டமிட்டிருந்தார் இந்திரா.'

எப்பொழுது பாயலாம் என்று காத்துக்கொண்டிருந்த இந்திரா வுக்கு இது சரியான வாய்ப்பாக அமைந்தது. 'சிறையில் இருந்தபோது உடல்நிலை சரியில்லை என்று சொன்னதும் வாஜ்பாயும் சரண்சிங்கும் உடனடியாக விடுதலை செய்யப் பட்டனர். உண்மையில் எனக்கு அப்படியொரு திட்டம் இருந்தால் விடுதலை சாத்தியமாகி இருக்காது. என்னைக் குற்றம் சாட்டுவதற்குப் பதிலாக சட்டம் - ஒழுங்கை சரிசெய்யுங்கள். விலைவாசியைக் கட்டுப்படுத்துங்கள். தலித்துகள் மீதான அடக்குமுறையைத் தடுத்து நிறுத்துங்கள்.'

சீறித்தள்ளினார் இந்திரா. அத்தோடு நில்லாமல் குஜராத் உள்ளிட்ட மாநிலங்களுக்குச் சென்று பொதுமக்களைச் சந்தித்தார். அவரைப் பார்க்க ஏராளமான பொதுமக்கள் கூடினர். இது இந்திராவை உற்சாகம் கொள்ள வைத்திருந்தது. மக்கள் இந்திராவுக்கு ஆதரவாகத் திரும்பிக் கொண்டிருக்கும் தகவல் பிரதமர் மொரார்ஜி தேசாயை அடைந்தது.

●

ஜனவர் 1, 1978. தன்னை எந்தவொரு விஷயத்துக்காகவும் காங்கிரஸ் தலைவர் பிரம்மானந்த ரெட்டி கலந்தாலோசிப்பதில்லை என்று குற்றம் சாட்டி காங்கிரஸ் கட்சியில் இருந்து விலகி காங்கிரஸ் (ஐ) என்ற கட்சியை உருவாக்கினார் இந்திரா. இன்னொரு பிரிவுக்கு ஸ்வரண் சிங் தலைவராகியிருந்தார்.

புதிய கட்சி தொடங்கிய பிறகு வந்த ஐந்து மாநில சட்டப் பேரவைத் தேர்தல்களில் காங்கிரஸ்(இ)க்கு அபார வெற்றி கிடைத்திருந்தது. இதனால் நாடு தழுவிய அளவில் இந்திராவின் மீது செல்வாக்குப் பெருகத் தொடங்கியது. இதனால் இந்தச் சமயத்தில் வெளியான ஷா கமிஷன் அறிக்கை பெரிதும் பாதிப்பை ஏற்படுத்தவில்லை. 'சட்ட நிர்ப்பந்தங்களில் இருந்து தன்னைத் தற்காத்துக்கொள்ளவே நெருக்கடி நிலையைக் கொண்டுவந்தார் இந்திரா' இதுதான் ஷா கமிஷன் சொன்ன குற்றச்சாட்டு. மேலும் படச்சுருளை எரித்த வழக்கில் கைதாகியிருந்த சஞ்சய் ஒருவருட நீதிமன்றக்காவலில் வைக்கப்பட்டார். வழக்கு விசாரணைகள் முடிந்து தீர்ப்பு வெளியானது. சஞ்சய்க்கும் வி.சி. சுக்லாவுக்கும் இரண்டாண்டுகள் சிறைத் தண்டனை விதிக்கப்பட்டது.

இது ஒருபக்கம் நடந்துகொண்டிருக்க ஜனதாக்கட்சி கொஞ்சம் கொஞ்சமாகத் தேய்பிறையாகிக் கொண்டே வந்தது. உள்ளுக்குள் புகைச்சல் அதிகரிக்கத் தொடங்கியது.

நவம்பர் 1978. கர்நாடக மாநிலம் சிக்மகளூர் நாடாளுமன்றத் தொகுதியில் இடைத்தேர்தல் வந்தது. தன்னுடைய அரசியல் மறுமலர்ச்சிக்கு இதுதான் சரியான தருணம் என்று முடிவு செய்தார் இந்திரா. 'சிக்மகளூரில் இந்திரா போட்டி' அறிவிப்பு வெளியானது. எதிர்க்கட்சியில் இருந்து வீரேந்திர பாட்டீல் போட்டியிட்டார். பலத்த போட்டியில் எழுபதாயிரம் வாக்குகள்

வித்தியாசத்தில் வெற்றி பெற்று மீண்டும் நாடாளுமன்றத்துக்குள் நுழைந்தார் இந்திரா.

வெற்றி தேவதையாக டெல்லியில் உலா வந்தார் இந்திரா. இங்கிலாந்து உள்ளிட்ட நாடுகளுக்குச் சென்று தன்னுடைய அரசியல் மறுபிரவேசத்தை வெளிப்படுத்தினார். இந்திராவின் நடவடிக்கைகள் பிரதமர் மொரார்ஜியை ஆத்திரப்படுத்தின. எப்படியாவது அவருடைய வெற்றி உலாவைத் தடுத்து நிறுத்தி அவரை முடக்கிப் போடவேண்டும் என்று விரும்பினார்.

அதற்கு வசதியாக மாருதி கார் விவகாரம் பயன்பட்டது. சஞ்சயின் மாருதி கார் திட்டம் தொடர்பான கேள்வி ஒன்றுக்காக விவரங்கள் சேகரித்த நான்கு அதிகாரிகளை இந்திரா வாட்டி வதைத்தார் என்ற குற்றச்சாட்டை ஷா கமிஷன் முன்வைத் திருந்தது. இதுவிஷயமாக வழக்கு ஒன்றும் இந்திரா மீது பதிவாகியிருந்தது.

விசாரிக்கச் சென்றவர்கள் நாடாளுமன்றத்தின் சார்பாகச் சென்றிருந்ததால், இந்திரா மீது சபை உரிமைமீறல் பிரச்னை கொண்டுவரப்பட்டது. உடனடியாக உரிமைக்குழு அறிக்கை கொடுத்தது. அதன்படி இந்திரா குற்றவாளி என்றும் உரிமைக் குழுவில் ஆஜராக மறுத்ததால் நாடாளுமன்றத்தை அவமதித்து விட்டதாகவும் கூறியது. இதற்காக மன்னிப்புக் கேட்டால் விட்டுவிடலாம் என்றும் முடிவெடுக்கப்பட்டது.

ஆனால் மன்னிப்பு சாத்தியமில்லை என்று இந்திரா சொல்லி விடவே அவருடைய பதவி பறிக்கப்பட்டதோடு, கூட்டத்தொடர் முடியும் வரை சிறையில் அடைக்கவும் உத்தரவு பிறப்பிக்கப் பட்டது. இந்தத் தண்டனை, வாக்கெடுப்பு மூலம் நிறைவேறியது.

'நான் மிகவும் எளியவள். எனக்கென்று சில எல்லைகளும் கொள்கைகளும் இருக்கின்றன. அவற்றை நோக்கியே நான் செயல்படுகிறேன். எனக்கு நேரும் ஒவ்வோர் அவமானமும் என்னை மெருகேற்றும். ஒவ்வொரு தண்டனையும் என்னை உத்வேகப்படுத்தும்.'

சொல்லிவிட்டு நாடாளுமன்றத்தைவிட்டு வெளியே சென்றவர், சட்டென்று நின்றார். அவையே அவரைத் திரும்பிப் பார்த்தது.

'நிச்சயம் திரும்பிவருவேன்.'

20. சஞ்சய் மரணம்

நாடாளுமன்றத்தில் பிரதமரைப் பார்த்து சவால் விட்டுவிட்டு வெளியே வந்த இந்திராவை நாடாளுமன்ற வளாகத்தில் வைத்து கைது செய்தது காவல்துறை. உடனடியாக அவரை திஹார் சிறைச்சாலைக்குக் கொண்டு சென்றனர். சிறையில் இருந்த இந்திராவுக்கு மருமகள் சோனியா உணவு கொண்டுவந்து கொடுத்தார். சரியாக ஒருவார காலம் சிறையில் இருந்த இந்திரா பிறகு விடுதலை செய்யப்பட்டார்.

'இனிமேல் என்னுடைய ஒவ்வொரு நகர்வும் முக்கியமானது. கவனமாக இருங்கள்.' தன்னம் பிக்கை மிளிர பேசினார் இந்திரா. அதன் அர்த்தம் புரிந்து ஆனந்தப்பட்டனர் காங்கிரஸ் தொண்டர்கள். தங்கள் தலைவி யுத்தத்துக்குத் தயாராகிவிட்டார் என்பதை உணர்ந்து குதூகலமடைந்தனர்.

ஜனதா கட்சிக்குள் வெம்பி வெடித்துக்கொண்டிருந்த பூசலைத் தனக்குச் சாதகமாகப் பயன்படுத்தும் எண்ணம் இந்திராவுக்கு வந்திருந்தது. ‘சரண்சிங்கைப் பிரதமராக விரும்பினால் அவருக்கு என்னுடைய ஆதரவு உண்டு’.

உடனடியாக மொரார்ஜி அரசின் மீது நம்பிக்கையில்லாத் தீர்மானம் கொண்டுவரப்பட்டு, அவருடைய ஆட்சி கவிழ்க்கப் பட்டது. விளைவு, சரண்சிங் புதிய பிரதமராகத் தேர்வு செய்யப் பட்டார். அவரை ஒருமாத காலத்துக்குள் பெரும்பான்மையை நிரூபிக்க வேண்டும் என்று உத்தரவிட்டிருந்தார் குடியரசுத் தலைவர்.

இதுதான் சரியான தருணம். ‘நம்பிக்கை வாக்கெடுப்பின்போது காங்கிரஸின் ஆதரவு வேண்டும் என்றால் நெருக்கடி நிலை தொடர்பான வழக்குகளை விசாரிக்கும் அனைத்து நீதிமன்றங் களையும் கலைக்கவேண்டும், உடனடியாக.’ இந்திராவின் நிபந்தனை சரண்சிங்கை ஒருகணம் மிரட்டிப்பார்த்தது. அதற்கு ஒப்புக் கொள்ளும் மனநிலையில் அவர் இல்லை. ‘அப்படி யென்றால் மன்னிக்கவும்’ என்று சொல்லிவிட்டார் இந்திரா. சரண்சிங் பதவி விலகினார்.

நாடாளுமன்றம் கலைக்கப்பட்டு தேர்தல் அறிவிக்கப்பட்டது.

•

‘செயல்படும் அரசைத் தேர்வு செய்யுங்கள்’. இதுதான் இந்தத் தேர்தலுக்கு இந்திரா முன்வைத்த கோஷம். இந்த முறை பல பிராந்தியக் கட்சிகளை ஒருங்கிணைத்திருந்தார் இந்திரா. அவருடைய அணி பலம் பொருந்தியதாக இருந்தது. ஆனாலும் தனது சுற்றுப்பயண தூரத்தைக் கணிசமான அளவில் அதிகரித்திருந்தார். இந்தத் தேர்தலில் முதன்முறையாக இரண்டு தொகுதிகளில் வேட்பு மனு தாக்கல் செய்தார் இந்திரா. ஒன்று, தன்னுடைய வழக்கமான தொகுதியான உ.பி மாநிலத்தைச் சேர்ந்த ரேபரேலி. இரண்டாவது, ஆந்திர மாநிலம் மேடக் தொகுதி.

தேர்தல் முடிந்தது. இந்திரா காங்கிரஸ் அமோக வெற்றி பெற்றிருந்தது. மொத்தமுள்ள 542 தொகுதிகளில் 351 தொகுதி களைக் கைப்பற்றியிருந்தது. போட்டியிட்ட இரண்டு தொகுதி

களிலும் வெற்றி பெற்ற இந்திரா, ரேபரேலி உறுப்பினர் பதவியை ராஜினாமா செய்தார்.

ஜனவரி 14, 1980. மீண்டும் இந்தியப் பிரதமரானார் இந்திரா, பதவிக்கு வந்ததும் முதல் காரியமாக மொரார்ஜி அரசில் அமைத்திருந்த சிறப்பு நீதிமன்றங்கள் கலைக்கப்பட்டன. அத்தனையும் இந்திரா மீதான வழக்குகளை விசாரிப்பதற்கென்று உருவாக்கப்பட்டவை. அடுத்ததாக, சஞ்சய் மீது போடப் பட்டிருந்த வழக்குகள் எல்லாம் சட்டவிரோதமானவை என்றுகூறி வாபஸ் பெறப்பட்டன.

அவ்வளவுதான். சஞ்சய் அமைச்சராகப் போகிறார் என்னும் வதந்தி தீயாகப் பரவிக் கொண்டிருந்தது. ஆனால் புன்னகையை மட்டுமே பதிலாகச் சொன்னார் இந்திரா. கட்சியின் வெற்றிக் காகப் பாடுபட்டதற்காக, கட்சியின் தேசியப் பொதுச்செயலாளர் என்ற பதவி மட்டுமே சஞ்சய்க்கு வழங்கப்பட்டது. அதுதான் இந்திரா.

•

தீரேந்திர பிரம்மசாரி. இப்போது நீண்ட இடைவேளைக்குப் பிறகு ஊடகங்களால் பேசப்பட்டார். இவர் சொல்லும் வாக்குகள் அத்தனையும் இந்திராவுக்கு வேத வாக்குகள். பூஜை, புனஸ்காரங்கள், சடங்குகள் எல்லாம் அவர் சொல்படி நடந்தன. தீரேந்திர பிரம்மசாரியின் அபர்ணா அக்ரோ பிரைவேட் லிமிடெட் நிறுவனத்துக்கு அதிகபட்ச மரியாதை அளிக்கப் பட்டது.

எதிரிகளுக்குப் பதிலடி கொடுக்க வேண்டாமா? ஜனதாக்கட்சி ஆட்சியில் இருந்த ஒன்பது மாநிலங்களிலும் ஆட்சிக்கலைப்பை அரங்கேற்றினார். ஒவ்வொரு மாநிலத்துக்கும் குற்றப் பத்திரிகையைத் தயாராக வைத்திருந்தார். ஆட்சி கலைக்கப் பட்ட எல்லா மாநிலங்களிலும் காங்கிரஸ் கட்சி மீண்டும் ஆட்சியைக் கைப்பற்றியது.

உற்சாக வெள்ளத்தில் மிதந்தார் சஞ்சய். காரணம், மாநில முதலமைச்சர்களை தன்னுடைய விருப்பப்படியே தேர்வு செய்ய முடிந்தது. அந்த உற்சாகத்திலேயே ஜூன் 23, 1980 அன்று அதிகாலை தான் புதிதாக வாங்கியிருந்த பிட்ஸ் ரக விமானத்தில் சாகசப் பயிற்சி மேற்கொள்ளத் தொடங்கினார் சஞ்சய். அந்த

விமானத்தை அமெரிக்காவில் இருந்து வாங்கித் தர உதவி செய்தவர் தீரேந்திர பிரம்மசாரி.

விமானத்தில் சஞ்சயுடன் கேப்டன் சக்ஸேனா பயணம் செய்தார். வேகமாக விமானத்தைச் செலுத்திய சஞ்சய், திடீரென தன்னுடைய கட்டுப்பாட்டை இழந்தார். சில நொடிகளில் விமானத்தின் முன்பாகம் தரையில் மோதியது. விழுந்த வேகத்தில் சஞ்சயும் சக்சேனாவும் உயிரிழந்தனர்.

சஞ்சய் விமான விபத்தில் பலியான செய்தி அனைவரையும் உலுக்கியது. ஆர்.கே. தவான் வந்து விஷயத்தைச் சொல்ல, பதறியடித்துக் கொண்டு விரைந்தார் இந்திரா.

•

தன்னுடைய செல்ல மகனின் இழப்பை எப்படி ஈடுசெய்வது என்று தவித்துக் கொண்டிருந்தார் இந்திரா. சஞ்சயின் இழப்பை என்னால் ஈடுகட்ட முடியும் என்றார் மேனகா காந்தி. இந்திராவின் இளைய மருமகள்.

அவருடைய பேச்சை இந்திரா கொஞ்சமும் ரசிக்கவில்லை. மேனகாவை நம்பவும் இல்லை. ஏற்கவும் இல்லை. அவருடைய கவனம் முழுக்க மூத்த மகன் ராஜீவ் மீதுதான். ஆனால் அவருக்கோ விமானம் மீதுதான் ஆர்வம் இருந்தது. அந்த ஆர்வத்தைக் கைவிட வைத்து அரசியலுக்கு அவரை அழைத்து வர இந்திராவுக்கு ஏறக்குறைய ஒருவருடம் பிடித்தது.

சஞ்சய் வென்ற அமேதி தொகுதியில் நிறுத்தப்பட்டு நாடாளு மன்றத்துக்கு அழைத்து வரப்பட்டார் ராஜிவ். இதனால் இந்திராவுக்கும் மேனகாவுக்கும் இடையே மோதல்கள் வெடித்தன. பெரிய பெரிய அரசியல் ஜாம்பவான்களையே அநாயசமாகச் சமாளித்த இந்திராவால் மேனகாவைச் சமாளிப்பது கொஞ்சம் சிரமமாகவே இருந்தது. தேர்ந்த அரசியல்வாதியாக உலக நாடுகளையே பிரமிக்க வைத்த இந்திரா, வீட்டில் திறமைமிகு மாமியாராகச் செயல்பட முடியாமல் தவித்துக்கொண்டிருந்தார்.

21. பொற்கோவில் பயங்கரம்

குடும்ப விவகாரம் ஒருபக்கம் இந்திராவை வெறுப் படையச் செய்துகொண்டிருந்தது. இன்னொரு பக்கம் நாட்டின் பல மாநிலங்களில் வன்முறை, பிரிவினை என்று போராட்டமும் கோரிக்கையுமாக இருந்தது, இந்திராவை சோர்வடையச் செய்திருந்தது.

முக்கியமாக பஞ்சாப், அஸாம் மாநிலங்களில் பிரிவினை கோஷம், அகதிகள் பிரச்னை ஆகியன மோசமாகிக் கொண்டே சென்றன. பிகாரில் தலித்து கள் மீது கடுமையான தாக்குதல்கள் நடைபெற்றன.

பஞ்சாப் மாநிலத்தில் வன்முறை எல்லை மீறியது. காலிஸ்தான் என்ற தனிநாடு கோஷம் உச்சஸ்தாயி யில் ஒலித்துக் கொண்டிருந்தது. இந்த இடத்தில் காலிஸ்தான் விவகாரம் பற்றி விரிவாகத் தெரிந்து கொள்வது அவசியம்.

இந்தியாவுக்குச் சுதந்தரம் கிடைத்த நாளில் இருந்தே பஞ்சாப், பிரச்னை பூமிதான். எங்களை தனியாக இருக்கவிடுங்கள். நாங்கள் சுதந்தரக் காற்றை சுவாசிக்க விரும்புகிறோம் என்பதுதான் சீக்கியர்களின் ஒரே கோரிக்கை. இதனை வலியுறுத்தி பஞ்சாபில் உருவான இயக்கம் அகாலி தளம். பஞ்சாபை தனிமாநிலமாக மாற்றவேண்டும், பஞ்சாபியை ஆட்சி மொழியாக அறிவிக்க வேண்டும் என்று தொடர்ந்து போராடிக் கொண்டிருந்தனர் அகாலி தளத்தினர். அவர்களுடைய கோரிக்கை 1966-ல் இந்திரா பிரதமரான சமயத்தில்தான் நிறைவேற்றப்பட்டது. பஞ்சாப்போடு ஹரியானா, ஹிமாசலப்பிரதேசம் என்று மொத்தம் மூன்று புதிய மாநிலங்களை உருவாக்கினார் இந்திரா. பஞ்சாப் மக்களை இந்த முடிவு உற்சாகம் கொள்ள வைத்திருந்தது.

இந்தச் சமயத்தில்தான் காலிஸ்தான் என்ற கோஷத்தை எழுப்பிக்கொண்டு களத்தில் குதித்தார் ஜர்னெய்ல் சிங் பிந்த்ரன்வாலே. நில உரிமையாளர். காலிஸ்தான் என்றால் தூய்மையின் தேசம் என்று அர்த்தம். இந்தக் கோரிக்கைக்கு பஞ்சாபிக்கள் மத்தியில் ஈர்ப்பு ஏற்பட்டது.

சீக்கிய மத போதகரான இவருக்கு, இளைஞர்கள் மத்தியில் நல்ல ஆதரவு வட்டம் உருவாகியிருந்தது. சிகரெட் பிடிக்கக் கூடாது, மது அருந்தக் கூடாது, மாமிசம் உண்ணக் கூடாது என்பன போன்ற பல விஷயங்களை வைத்து இளைஞர்களை வசீகரித்தார் பிந்த்ரன்வாலே. இவருக்கும் காங்கிரஸ் கட்சிக்கும் நல்ல உறவு ஏற்பட்டது. பஞ்சாபில் தனக்கு ஒரே போட்டியாக இருக்கும் அகாலிதளத்துக்கு செக் வைக்க பிந்த்ரன்வாலே தேவைப் பட்டார். அவரை இணைத்துவைக்கும் காரியத்தை செய்தவர் கியானி ஜெயில்சிங்.

சீக்கியர்களின் புனிதத்தலமான அமிர்தசரஸ் பொற்கோவிலில் பிந்த்ரன்வாலே பல மத சொற்பொழிவுகளை நடத்தினார். இந்தச் சமயத்தில் அகாலி தளத்துக்கும் பிந்த்ரன்வாலே குழுவினருக்கும் இடையே மோதல் உருவானது. அதன்பிறகு அடிக்கடி வன்முறைச் சம்பவங்களில் தங்களை ஈடுபடுத்திக் கொண்டே இருந்தனர் பிந்த்ரன்வாலா குழுவினர்.

1982-ம் ஆண்டு தன்னுடைய உயிருக்குப் பாதுகாப்பு வேண்டி பொற்கோவிலுக்குள் தன்னுடைய ஆதரவாளர்கள் சகிதம் நுழைந்தார் பிந்த்ரன்வாலே. கோயிலுக்கும் வரும் சந்தேகத்துக்கு

உரிய நபர்களை பிந்த்ரன்வாலே ஆதரவாளர்கள் சுட்டுக் கொன்றனர். நிறைய கொலைகள். அளவுக்கு மீறிய ரத்தம். பிந்த்ரன்வாலேவின் அட்டூழியத்துக்கு முடிவு கட்டுவது என முடிவு செய்தது இந்திரா தலைமையிலான மத்திய அரசு. பொற்கோவிலுக்கு உள்ளே வெடிகுண்டுகள், துப்பாக்கிகளை எடுத்துச் சென்றனர். கிட்டத்தட்ட தங்களுடைய கோட்டை யாகவே பொற்கோவிலை மாற்றியிருந்தனர்.

●

மார்ச் 1983. இந்திராவின் புகழை உலகத்துக்குக் கொண்டுசென்ற தினம். அணிசேரா இயக்கத்தின் உச்ச மாநாட்டுக்கான தலைமைப் பொறுப்பு இந்திராவுக்கு வந்தது. உண்மையில், அந்த உச்சிமாநாடு ஈராக்கில் நடைபெறுவதாக இருந்து, கடைசிநேர மாறுதலில் இந்தியாவில் நடத்தப்பட்டது. உலக நாடுகளின் கவனத்தை ஈர்த்த சந்தோஷத்தைக் கலைக்கும் விதமாக வந்தது அந்தச் செய்தி. 'இலங்கையில் பயங்கர கலவரம். தமிழர்கள் கொத்துக்கொத்தாகப் படுகொலை' அதிர்ச்சியில் உறைந்துபோனார் இந்திரா.

ஜூலை 24, 1983. இலங்கைத் தமிழர்களுக்கு மறக்க முடியாத தினம். அன்று தொடங்கிய தாக்குதல் மொத்தம் ஏழு நாள் களுக்குத் தொடர்ந்தது. தமிழனின் நிழல் தெரிந்த இடமெல்லாம் நுழைந்து தாக்குதல் நடத்தினர் சிங்களர்கள். உயிருக்கு உத்தரவாதமில்லை. உடைமைக்குப் பாதுகாப்பில்லை. விரட்டி அடித்தனர். அடித்து விரட்டினர். குழந்தைகள். மாணவர்கள். பெண்கள். முதியவர்கள். பாகுபாடு பார்க்காமல் தாக்குதல் நடத்தப்பட்டது. அடித்த அடியில் செத்தும் போயினர் தமிழர்கள். இலங்கையில் தமிழர்கள் எழுப்பிய மரண ஓலம் தமிழ்நாட்டை உலுக்கியது.

ஏதாவது செய்யுங்கள்? இல்லாவிட்டால் தமிழன் தரையோடு தரையாகிவிடுவான். இந்திராவுக்கு வேண்டுகோள் விடுக்கப் பட்டது. ஜூலை 27, 1983 அன்று மாலை நான்கு மணி அளவில் இலங்கை அதிபர் ஜெயவர்த்தனேவுடன் பிரதமர் இந்திரா காந்தி தொலைபேசியில் தொடர்பு கொண்டு பேசினார்.

'வணக்கம். இலங்கையில் தமிழ் பேசும் மக்கள் தாக்கப் படுவதாகவும், கொலை செய்யப்படுவதாகவும் எனக்குத்

தகவல்கள் வந்த வண்ணம் உள்ளன. நாடாளுமன்றத்தில் இதுதொடர்பாகக் கேள்விகள் எழுப்பப்பட்டுள்ளனவே'

மறுமுனையில் பேசினார் ஜெயவர்த்தனே.

'உங்களுக்குள்ள பொறுப்பு எனக்கும் இருக்கிறது. இங்கு நடைபெற்று வரும் கலவரத்தை அடக்குவதற்கும், நிலை மையைக் கட்டுக்குள் கொண்டு வருவதற்கும் உரிய நடவடிக்கை களை நான் எடுத்துக் கொண்டிருக்கிறேன்'

'நல்லது. நடவடிக்கை எடுப்பீர்கள் என்பதில் எனக்கு எவ்வித சந்தேகமும் இல்லை. இருந்தாலும், அங்கு பாதிக்கப்பட்ட மக்களுக்கு உணவு உள்ளிட்ட உதவிகளை வழங்கலாம் என இருக்கிறேன்'

'உங்களுடைய விசாரிப்புகளுக்கு நன்றி. இங்கிருக்கும் சூழ் நிலையைப் பொறுத்து அது தேவையா என்பதை உங்களுக்குத் தெரியப்படுத்துகிறேன்'

இப்போது அடுத்த விஷயத்துக்கு வந்தார் இந்திரா.

'எங்களுடைய வெளியுறவு அமைச்சர் நரசிம்மராவை நான் கொழும்புக்கு அனுப்புவதாக இருக்கிறேன். தாங்கள் அவரோடு இலங்கையில் தற்போதைய சூழல் குறித்து விவாதிக்க முடியுமா?'

'தாராளமாக. அவரை வரவேற்க நான் தயாராக இருக்கிறேன்' வாய்வார்த்தையோடு சரி, ஜெயவர்த்தனே இந்திராவின் தொலை பேசி அழைப்பை அலட்சியப்படுத்திவிட்டு, அடுத்த வேலை யில் மும்முரம் காட்டத் தொடங்கினார்.

இனியும் அமைதியாக இருப்பதில் அர்த்தமில்லை. முடிவு செய்துவிட்டார் இந்திரா. தமிழீழத்தை உருவாக்குவதற்காகப் போராடிக் கொண்டிருக்கும் போராளிகளுக்கு ராணுவப் பயிற்சி அளிக்க முன்வந்தது இந்தியா. இந்திராவை நம்பிக்கை நட்சத்திர மாக இலங்கைத் தமிழர்கள் பார்க்க ஆரம்பித்தார்கள்.

போராளிகளுக்குப் பயிற்சியளிக்க ரிசர்ச் அண்ட் அனாலிசிஸ் விங் (ரா) பணிக்கப்பட்டது. டேஹ்ராடூன்தான் பயிற்சிக்களம். பாரபட்சம் பார்க்காமல் அனைத்துப் போராளிகளுக்கும் பயிற்சி கள் தரப்பட்டன. பயிற்சிகள் ஒருபக்கம் நடந்துகொண்டிருக்க,

இலங்கை விஷயத்தில் இந்திரா முக்கிய முடிவு ஒன்றை எடுத்து நாடாளுமன்றத்தில் அறிவித்தார்.

'இந்தியாவுக்கு எந்தவிதமான பாதிப்பும் ஏற்படாதவரை இலங்கை யின் உள்நாட்டு விவகாரங்களில் இந்தியா தலையிடாது'

சரி, அமிர்தசரஸுக்கு வந்துவிடுவோம்.

அமிர்தசரஸைச் சேர்ந்த மூத்த காவல்துறை அதிகாரி அட்வால் என்பவர், பொற் கோவிலுக்குள் சென்று வழிபாடு நடத்தி விட்டுத் திரும்பும்போது சுட்டுக்கொல்லப்பட்டார். அடுத்ததாக பஞ்சாபில் இருக்கும் இந்துக்களை வெளியேற்றும் நடவடிக்கை யில் இறங்கினார் பிந்த்ரன்வாலே.

மாநில அரசு செயலிழந்து கிடப்பதை அறிந்த பிரதமர் இந்திரா, பஞ்சாபை டெல்லியின் நேரடிக் கட்டுப்பாட்டுக்குள் கொண்டுவந்தார். அடுத்ததாகப் பிரச்னையை சரிசெய்யும் விதமாகப் பேச்சுவார்த்தைக்கு அழைப்புவிடுத்தார். சில மிதவாதத் தலைவர்கள் பேச்சுவார்த்தைக்கு சம்மதித்தனர். ஆனால் பிந்த்ரன்வாலே அதற்குச் சம்மதிக்கவில்லை.

ஜூலை 3, 1984. முக்கியமான உத்தரவு ஒன்றைப் பிறப்பித்தார் இந்திரா. 'இந்திய ராணுவ வீரர்கள் பொற்கோவிலுக்குள் நுழைந்து தீவிரவாதிகளை அப்புறப்படுத்துவார்கள்' மறுநாள் அந்தத் தாக்குதல் தொடங்கியது. ஆபரேஷன் ப்ளூஸ்டார். ராணுவத்துக்கும் பிந்த்ரன்வாலே கோஷ்டிக்கும் இடையே கடும் யுத்தம். தோட்டாக்கள் பரிமாறிக் கொள்ளப்பட்டன. இறுதியில் பிந்த்ரன்வாலே முகத்தில் குண்டுபாய்ந்து சுருண்டு விழுந்தார். பிந்த்ரன்வாலே உள்ளிட்ட 576 பேர் கொல்லப்பட்டனர். ராணுவத் தரப்பிலும் பலத்த சேதம்.

பொற்கோவிலுக்குள் ராணுவம் நுழைந்ததற்கு சீக்கியர்கள் மத்தியில் கடும் கொந்தளிப்பு ஏற்பட்டது. 'இந்திரா மற்றும் அவருடைய குடும்பத்தினரின் தலைகள் சீக்கியர்களால் துண்டிக்கப்படும்' என்றனர். பெரிய அளவில் உருவான அந்தக் கலவரம் அடங்குவதற்குள் போதும் போதுமென்றாகிவிட்டது. ஆனால் கலவரம் அடங்கவில்லை. நீரு பூத்த நெருப்பாகவே இருந்தது.

22. பூங்காவில் சிதறிய பூ

இந்திராவுக்கு உரிய பாதுகாப்பு அளிக்கும் நோக்கத் துடன் அவருடைய பாதுகாப்பு அதிகாரிகள் அடிக்கடி இந்திராவை நச்சரித்துக் கொண்டிருந் தனர். இந்திரா அவற்றை நிராகரித்தார். 'இல்லை யில்லை. பிரதமரின் பாதுகாப்பை மேம்படுத்த வேண்டும். ராணுவம் அந்தப் பொறுப்பை ஏற்க வேண்டும்' உரத்த குரலில் பேசிக்கொண்டிருந்தார் உள்துறை அமைச்சராக இருந்த ஆர். வெங்கட் ராமன். இந்திரா எதையுமே சட்டை செய்ய வில்லை. சரி, பாதுகாப்பை அதிகரிக்கவேண்டாம். மெய்க்காவல் படையில் இருந்த சீக்கியர்களை யாவது வேறு இடத்துக்கு மாற்றிக்கொள்ளலாமே? இந்த ஆலோசனையையும் நிர்தாட்சண்யமாக நிராகரித்தார் இந்திரா.

இந்தியா மதச்சார்பற்ற தேசம். என்னுடைய உயிருக்காக நம்முடைய சீக்கிய சகோதரர்களை

சந்தேகப்படவேண்டுமா என்ன? அவர்களை ஒதுக்கிவைப்பது முறையற்ற விஷயம் இல்லையா?'

'சரி, மற்ற எதுவும் வேண்டாம். குறைந்தபட்சம் பிரதமரின் அதிகாரபூர்வ இல்லத்தில் பாதுகாப்பு குறைபாடு இருக்கிறது. முன்புறம் இருக்கும் தோட்டத்தை மாற்றியமைத்தால் நன்றாக இருக்கும்' - இது இந்திராவின் பாதுகாப்பு ஆலோசகர் ஆர்.என். காவ் எடுத்துவைத்த வாதம். அவரையும் புன்னகை மூலமே அடக்கிவிட்டார் இந்திரா.

இறுதி அஸ்திரத்தை எடுத்தார் காவ். ஆனால் அனுமதி கேட்டு இந்திராவை அணுகுவதில்லை என்று முடிவு செய்திருந்தார். அதற்கான அதிகாரம் அவருக்கே இருந்தது கூடுதல் பலம். 'இரண்டு சீக்கியக் காவலாளிகள் ஒன்றாகக் கூடாது.'

'நான் உயிரிழக்கும்போது தரையில் சிந்துகின்ற ஒவ்வொரு துளி ரத்தமும் இந்திய மக்களுக்கு எழுச்சியூட்டும். ஒன்றுபட்ட இந்தியாவுக்கு மேலும் வலு சேர்க்கும்' அக்டோபர் 28 அன்று புவனேஸ்வரத்தில் நடந்த பொதுக்கூட்டத்தில் கலந்துகொண்ட இந்திரா உணர்ச்சிமயமாகப் பேசியிருந்தார்.

அக்டோபர் 31, 1984. வழக்கம்போல ஆறு மணிக்கே எழுந் திருந்தார் இந்திரா.

குளியல் முடித்துவிட்டு காவி நிற புடைவையில் வெளியே வந்தார். செய்தித்தாள்கள் கண்ணில்படவே சிறிதுநேரம் அவற்றில் கண்களை ஓட்டினார்.

'அம்மா, சாப்பாடு தயார்'

இந்திரா சாப்பிட்டுக்கொண்டே இருக்க, அருகில் நின்ற ஆர். கே. தவான் அன்றைய அப்பாயின்மெண்ட்டுகளை சொல்லிக் கொண்டிருந்தார்.

'எட்டரை மணிக்கு பிபிசி செய்திப்படத்துகாகப் பேட்டி கொடுக்கவேண்டும். இயக்குனர் பீட்டர் உஸ்தினோவ் காத்துக் கொண்டிருக்கிறார். இங்கிலாந்தின் முன்னாள் பிரதமர் ஜேம்ஸ் கேலகனை மதியம் சந்திக்கவேண்டும்'

'வேறு?'

'சாப்பிட்டு முடித்ததும் மேக்கப் போட்டுக்கொள்ளவேண்டும்.'

'அடடா, அது வேறு தேவையா? ஆகட்டும்.'

'மன்னிக்கவும். கேமராவில் ஏதோ சிக்கல்போல. 9.20-க்கு வந்தால் போதும் என்று சொல்லியிருக்கிறார்கள்.'

'ஒன்றும் பிரச்னையில்லை.'

மேக்கப் முடிந்து வெளியே வந்தபோது, மணி 9.10. வெளியே வந்த இந்திரா, புல்தரையில் இறங்கி நடக்கத் தொடங்கினார். அருகில் கான்ஸ்டபிள் நரேன் சிங், இந்திராவுக்குக் குடைபிடித்தபடி நகர்ந்தார். சில அடிகள் தள்ளி ஆர்.கே. தவான் நடந்துவர, அவருக்குச் சில அடிகள் பின்னால் நான்கு பாதுகாப்பு அதிகாரிகள்.

விக்கெட் கேட்டை நெருங்கும் சமயத்தில் வழியில் நின்று கொண்டிருந்தார் பியாந்த் சிங். இந்திராவின் முகத்தில் கூடுதல் புன்னகை. பியாந்த் சிங்கை இந்திராவுக்கு மிகவும் பிடிக்கும். அவ்வப்போது ஏதாவது சொல்லி அவரை உற்சாகப்படுத்துவது இந்திராவின் வழக்கம். அன்றும் அப்படியே.

'நமஸ்தே'

ஏழடி தூரத்தில் இருந்த பாதுகாவலரைப் பார்த்து கைகூப்பினார் இந்திரா. பதிலுக்கு வணக்கம் சொல்வதற்காகக் கையை தூக்கினார் பியாந்த் சிங். துப்பாக்கி. இந்திராவை நோக்கி நீட்டினார்.

துளியும் பயப்படவில்லை இந்திரா.

'ஹேய், என்ன செய்யப் போகிறாய்?'

மறுநொடி துப்பாக்கியில் இருந்து தோட்டாக்கள் இந்திராவின் வயிற்றுக்குள் ஊடுருவின.

ஆ, கைகளை உயர்த்தினார் இந்திரா.

'ம், சுடு, எதற்காக நேரத்தை விரயம் செய்கிறாய்?' பியாந்த் சிங் குரலெழுப்ப, அருகில் இருந்த இன்னொரு பாதுகாவலர் சத்வந்த் சிங் தன்னுடைய துப்பாக்கியால் இந்திராவை நோக்கி தோட்டாக்களைப் பாய்ச்சினார். மொத்தம் முப்பது குண்டுகள். இந்திராவின் உடல் சல்லடையாகி இருந்தது. வயிற்றில் ஏழு.

மார்பில் மூன்று. இதயத்தில் ஒன்று. சரிந்துவிழுந்தார் இந்திரா.

கண்ணிமைக்கும் நேரத்தில் எல்லாம் நடந்து முடிந்திருந்தது. பாதுகாவலர்களால் ஒன்றுமே செய்யமுடியவில்லை.

'நாங்கள் நினைத்ததை செய்துவிட்டோம். உங்களால் முடிந்ததை செய்துகொள்ளுங்கள்' பியாந்த் சிங் சொன்னபோது அவருடைய கையில் துப்பாக்கி இல்லை.

•

சத்தம் கேட்டு வீட்டுக்குள் இருந்து சோனியா, மருத்துவர் ஒபே ஆகியோர் ஓடிவந்தனர். சரிந்துக்கிடந்த இந்திராவைத் தூக்கிக் காரில் ஏற்றினர். எய்ம்ஸ் மருத்துவமனையை நோக்கி கார் விரைந்தது. இந்திராவின் தலை சோனியாவின் மடியில். மருத்துவமனையை நெருங்கியபோது மணி 9.32.

அவசரம் அவசரமாக அறுவை சிகிச்சைக்கு ஏற்பாடுகள் செய்யப்பட்டன. என்ன நடக்கிறது என்றே தெரியவில்லை. உயிரோடு இருக்கிறாரா இல்லையா? சுட்ட இடத்திலேயே உயிர் பிரிந்துவிட்டதா? அல்லது வழியில் இறந்துவிட்டாரா? சரியாக மணி 2.23-க்கு வெறும் அறிவிப்பு மாத்திரம் வெளியானது.

பின்னிணைப்பு

காலவரிசை

1917   (நவம்பர் 19) இந்திரா பிரியதர்ஷினி பிறந்தார்

1923   அலகாபாத் மாடர்ன் ஸ்கூலில் சேர்க்கப்பட்டார்

1930   காங்கிரஸ் கட்சியின் வானர சேனை என்ற சிறுவர் அமைப்புத் தலைவியாகிறார்.

1930   ஃபெரோஸ்காந்தியை சந்திக்கிறார்

1934   சாந்தி நிகேதனில் சேர்க்கப்படுகிறார்

1936   கமலா நேரு மரணமடைகிறார்

1936   மேல் படிப்புக்காக லண்டன் செல்கிறார்

1938   காங்கிரஸ் கட்சியின் உறுப்பினராகிறார்

1939   ஃபெரோஸ் - இந்திரா காதல் நேருவின் கவனத்துக்கு வருகிறது.

1942   (மார்ச் 26) இந்திராவுக்குத் திருமணம்

1944   முதல் குழந்தை பிறந்தது (ராஜிவ்காந்தி)

1945   நேருவின்   அறிவிக்கப்படாத   செயலாளராக மாறுகிறார்

1946	இரண்டாவது குழந்தை பிறந்தது (சஞ்சய்காந்தி)
1956	அகில இந்திய காங்கிரஸ் காரியக்கமிட்டி உறுப்பினர் ஆகிறார்.
1958	தீரேந்திர பிரம்மசாரி அறிமுகமாகிறார்
1960	ஃபெரோஸ் மரணம் அடைகிறார்
1964	நேரு மறைகிறார்
1964	சாஸ்திரியின் அமைச்சரவையில் தகவல் ஒலிபரப்புத் துறை அமைச்சராகிறார்
1966	சாஸ்திரி மரணமடைகிறார்.. இந்திரா பிரதமராகிறார்.
1968	சிறிய வகை கார் தயாரிக்க அனுமதி கோருகிறார் சஞ்சய்காந்தி.
1969	காங்கிரஸ் கட்சியிலிருந்து நீக்கப்படுகிறார். காங்கிரஸ் உடைகிறது.
1971	இரண்டாவது முறையாகப் பிரதமராகிறார்
1971	யுத்தத்தின்மூலம் பங்களாதேஷை உருவாக்குகிறார்.
1974	முதல் அணுகுண்டு சோதனை
1975	அலகாபாத் தீர்ப்பு வெளியாகிறது
1975	(ஜூன் 26) நெருக்கடி நிலை அமல்படுத்தப்படுகிறது.
1975	(நவம்பர் 7) இந்திராவின் ரேபரேலி வெற்றி செல்லும் என்று தீர்ப்பாகிறது
1977	தேர்தலில் தோல்வியடைகிறார்
1978	சிக்மகளூர் தொகுதி இடைத்தேர்தலில் வெற்றி
1980	மீண்டும் பிரதமராகிறார்
1984	அமிர்தசரஸ் பொற்கோவிலுக்குள் ராணுவம் நுழைந்தது
1984	(அக்டோபர் 31) இந்திரா சுட்டுக்கொல்லப்பட்டார்

உதவிய நூல்கள்

1. Indira Gandhi, The 'Emergency' and Indian Democracy
   P.N. Dhar
   Oxford University Press

2. Indira Gandhi
   Inder Malhotra
   National Book Trust

3. Dynasties of India and Beyond
   Inder Malhotra
   Harper Collins India

4. INDIA After Nehru
   Kuldip Nayar
   Vikas Publishing House

5. Indira Gandhi - Return of the Red Rose
   K.A. Abbas

6. Indira Gandhi - The Last Post
   K.A. Abbas
   Popular Prakashan

7. Feroze Gandhi - A Political Biography
   Shashi Bhushan
   Progressive People's Sector Publications

8. Indira Gandhi
   Pupul Jayakar
   Penguin Books India

9. Indira - The Life of Indira Nehru Gandhi
   Katherine Frank
   HarperCollins Publishers

10. The Judgement - The Inside Story of the Emergency in India
    Kuldip Nayar
    Vikas

11. எமர்ஜென்ஸி - நடந்தது என்ன?
    ஆங்கிலமூலம்: வி. கிருஷ்ணா ஆனந்த்
    தமிழில்: ஜென்ராம்
    விகடன் பிரசுரம்

12. மலரும் நினைவுகள் - இந்திராகாந்தி
    தமிழாக்கம் கி. வேங்கடசுப்ரமணியன்
    பூரம் பதிப்பகம்